தேவமலர்
மற்றும் கதைகள்

ஸெல்மா லாகர் லெவ்
தமிழில்: க.நா.சு.

தேசாந்திரி பதிப்பகம்

தேசாந்திரி பதிப்பக வெளியீடு: 62

தேவமலர் மற்றும் கதைகள்
செல்மா லாகர் லெவ்
தமிழில்: க.நா.சு.

முதல் பதிப்பு: ஜூன் 2019

தேசாந்திரி பதிப்பகம்,
டி-1, கங்கை அப்பார்ட்மெண்ட்,
110, 80 அடி ரோடு, சத்யா கார்டன்,
சாலிகிராமம், சென்னை 600 093,
தொலைபேசி: 044 23644947.
விலை: ரூ.150

Devamalar Mattrum Kadhaikal
Selma Lagerlof

Tamil: Ka.Na.Su

First Edition: June 2019, Pages: 136
Size: Demy 1x8, Paper: 18.6 kg maplitho

Published by :
Desanthiri Pathippagam
D-1, Gangai Apartments,
110, 80-Feet Road, Satya Garden, Saligramam,
Chennai - 600 093, Ph: 044 2364 4947
Email : desanthiripathippagam@gmail.com
www.desanthiri.com

ISBN: 978-93-87484-65-8

Book Design: Guru

Wrapper Design: Manikandan

Printed by: Ramani Print Solution, Chennai.

Price: Rs. 150

முன்னுரை

செல்மா லாகெர்லெவின் தேவமலர் ஒரு குறுநாவல். அதை எனது பதினெட்டாவது வயதில் முதன்முறையாக வாசித்தேன். பின்மதிய நேரமது. வாசிக்கத் துவங்கும் போது வெளியில் இருந்த வேம்பின் காற்று வீசிக் கொண்டிருப்பதை லேசாக உணரமுடிந்தது. நான்கு பக்கங்களை கடந்து போவதற்குள் கதை ஒரு சுழலைப் போல என்னைத் தனக்குள் இழுத்துக் கொண்டு போகத் துவங்கியது.

நாவலில் வரும் சம்பவங்களின் பின்னால் ஒரு நிழலைப் போல மௌனமாக சென்று கொண்டிருந்தேன். வெளியிலிருந்த காட்சிகள் யாவும் மறைந்து போய்விட்டன அமர்ந்திருந்த அறையும், ஜன்னலும் கூட கண்ணில் தெரியவில்லை. வேம்பின் இலையசைவு கூட கவனத்தில் இல்லை. ஏதோவொரு முன்அறியாதொரு கானகத்திற்குள் பிரவேசித்துவிட்டது போல உணரமுடிந்தது.

கீயிங்கே என்ற காட்டிற்குள் தலைமறைவாக வாழ்ந்துவரும் திருடனையும் அவனது மனைவி குழந்தைகளையும் பற்றியது தேவமலர்.

இந்நாவலின் மிக முக்கியமான இடம் கிறிஸ்துமஸிற்கு முந்திய இரவு. இவ்வளவு அழகான கிறிஸ்துமஸ் உலகில் எங்காவது கொண்டாடப்பட்டிருக்குமா என்பது சந்தேகமே.

ஹான்ஸ் பாதிரியார் திருடனின் வனத்தில் கிறிஸ்துமஸ் கொண்டாட வருகிறார். கீயிங்கே வனத்திற்குள் பண்டிகையை கொண்டாடுவதற்கு கூட அவர்களிடம் பொருளில்லை. திருடனின் மனைவி நள்ளிரவில் காட்டின் சந்தோஷம் துவங்கும் வரை அவரை படுத்துக் கொள்ளும்படியாகச் சொல்கிறாள்.

நள்ளிரவுக்கு பின்பு திருடனின் மனைவி திடீரென எதையோ கேட்டு சந்தோஷமானவள் போல, காட்டில் ஒலிக்கும் மணிச்சப்தம் உங்களுக்கு கேட்கிறதா என்று கேட்கிறாள். ஹான்ஸ் பாதிரியார் தனக்கு கேட்கவில்லையே என்றபடி

படுக்கையிலிருந்து எழுந்து வெளியே வந்து பார்க்கிறார். அவளோ மிக உற்சாகமாக காடு விழித்துக்கொள்ள துவங்கிவிட்டது என்று கூறுகிறாள்.

காடு விழித்துக் கொள்ளும் காட்சி அற்புதமானது. உலக இலக்கியத்தில் இத்தனை மாயமான காட்சி எதையும் நான் வாசித்தவனில்லை. விதவிதமான பறவைகளின் கீச்சிடலும் ஆற்றின் சலசலப்பும் பெருகியது. எண்ணிக்கையற்ற நிறங்களில் பூக்கள் அரும்பத் துவங்கின. நறுமணமும் ஒளியும் காடெங்கும் நிரம்பியது.

காடெங்கும் தேவகானம் போல இசையும் உற்சாகமும் நிரம்பியது. திருடனின் மனைவி சொன்னது எத்தனை நிஜம் என்பதை ஹான்ஸ் உணர்ந்தார். திருடனுக்கு மன்னிப்பு தரவேண்டுமானால் அதற்கு சாட்சியாக ஒரேயொரு தேவமலர் வேண்டும் என்று ஒரு செடியிலிருந்த பூவைப் பறிக்க முயற்சித்து கீழே விழுந்தார். அந்த வனம் மீண்டும் இருண்டுகொண்டுவிட்டது.

காட்டில் நடந்த அற்புதங்களுக்கு சாட்சியாக ஒரேயொரு தேவமலர் இன்றும் அந்த மடாலயத்தில் வருடத்துக்கொருமுறை பூத்துக் கொண்டிருக்கிறது என கதை முடிகிறது.

உலகின் அற்புத மலரின் நறுமணத்தை நுகர்ந்தபடியே வாசகன் மயங்கிப்போகிறான். அது தான் எழுத்தின் வெற்றி.

நாவலில் கீயிங்கே வனம் ஒரு வெறும் களமாக மட்டும் அமையவில்லை, அது ஒரு கவித்துமான படிமம். ஒரு கனவு. மொத்த நாவலையும் ஹான்ஸ் துறவிக்கு ஏற்படும் கனவென்று கூட வாசிக்க இயலும். ஆனால் கனவிலிருந்து பாதிரி ஒரு தேவமலரை பறிந்து வந்துவிட்டாரா என்ற கேள்வி தான் அதன் இயல்பு உலகிற்கு காரணமாக அமைந்துவிடுகிறது.

***

செல்மா லாகர்லெவ் ஒரு ஸ்வீடீஷ் நாவலாரிசிரியை. நோபல் பரிசு பெற்றவர். அவரது மதகுரு நாவல் தமிழில் மொழிபெயர்க்கப்பட்டிருக்கிறது. மிகவும் குறிப்பிடத்தக்க பெண் எழுத்தாளரான செல்மா லாகர்லெவ் பல ஆண்டுகள் நோபல் பரிசின் தேர்வு குழுவிலும் பணியாற்றியிருக்கிறார்.

செல்மா லாகர்லெவின் கவித்துவமான மொழியும் கதை சொல்லும் முறையும் நுட்பமும் வியக்க வைக்கின்றன.தமிழ்

நாவலை வாசிப்பது போன்று அத்தனை லகுவாக மொழியாக்கம் செய்துள்ள க.நா.சு.வும் மிகுந்த பாராட்டுக்குரியவர்.

காட்டின் மீது மனிதன் கொண்ட அவநம்பிக்கை தான் அதன் அற்புதங்களிலிருந்து அவனை துண்டித்துவிட்டது. மனிதன் தனது சிருஷ்டி பற்றி அத்தனை கர்வம் கொள்ளுமளவு பெரிதாக எதையும் சாதித்துவிட வில்லை. இயற்கை மிகுந்த மர்மமானது. அதன் வசீகரமே தீராத மௌனம் தான். அந்த மௌனத்தின் அடியில் எத்தனையோ அற்புதங்கள் புதையுண்டிருக்கின்றன.

கீயிங்கே வனத்திற்கு நீங்கள் ஒருமுறை போய்வந்தால் பிறகு வாழ்நாள் முழுவதும் அதன் மயக்கத்திலே இருப்பீர்கள்.

அதற்காக அவசியம் தேவமலரை வாசியுங்கள்!

மிக்க அன்புடன்

எஸ்.ராமகிருஷ்ணன்.

எஸ். ராமகிருஷ்ணன்

எஸ். ராமகிருஷ்ணன், விருதுநகர் மாவட்டம் மல்லாங்கிணறு கிராமத்தில் 1966இல் பிறந்தார். முழுநேர எழுத்தாளரான இவர் தற்போது சென்னையில் வசிக்கிறார்.

சிறுகதைத் தொகுப்புகள்: எஸ். ராமகிருஷ்ணன் கதைகள், நடந்து செல்லும் நீருற்று, பதினெட்டாம் நூற்றாண்டின் மழை, அப்போதும் கடல் பார்த்துக்கொண்டிருந்தது, நகுலன் வீட்டில் யாருமில்லை, புத்தனாவது சுலபம், வெளியில் ஒருவன், காட்டின் உருவம், தாவரங்களின் உரையாடல், வெயிலைக் கொண்டு வாருங்கள், பால்ய நதி, மழைமான், குதிரைகள் பேச மறுக்கின்றன. காந்தியோடு பேசுவேன், நீரிலும் நடக்கலாம், என்ன சொல்கிறாய் சுடரே, தனிமையின் வீட்டிற்கு நூறு ஜன்னல்கள், சிவப்பு மச்சம்.

நாவல்: உபபாண்டவம், நெடுங்குருதி, உறுபசி, யாமம், துயில், நிமித்தம், சஞ்சாரம், இடக்கை, பதின்.

கட்டுரைத் தொகுப்புகள்: விழித்திருப்பவனின் இரவு, இலைகளை வியக்கும் மரம், என்றார் போர்ஹே, கதாவிலாசம், தேசாந்திரி, கேள்விக்குறி, துணையெழுத்து, ஆதலினால், வாக்கியங்களின் சாலை, சித்திரங்களின் விசித்திரங்கள், நம் காலத்து நாவல்கள், காற்றில் யாரோ நடக்கிறார்கள், கோடுகள் இல்லாத வரைபடம், மலைகள் சப்தமிடுவதில்லை, வாசகபர்வம், சிறிது வெளிச்சம், காண் என்றது இயற்கை, செகாவின் மீது பனி பெய்கிறது, குறத்திமுடுக்கின் கனவுகள், என்றும் சுஜாதா, கலிலியோ மண்டியிடவில்லை, சாப்ளினுடன் பேசுங்கள், கூழாங்கற்கள் பாடுகின்றன, எனதருமை டால்ஸ்டாய், ரயிலேறிய கிராமம், பிகாசோவின் கோடுகள், இலக்கற்ற பயணி, செகாவ் வாழ்கிறார், ஆயிரம் வண்ணங்கள்.

திரைப்பட நூல்கள்: பதேர் பா.சாலி—நிதர்சனத்தின் பதிவுகள், அயல் சினிமா, உலக சினிமா, பேசத்தெரிந்த நிழல்கள், இருள் இனிது ஒளி இனிது, பறவைக் கோணம், சாமுராய்கள் காத்திருக்கிறார்கள், நான்காவது சினிமா, பெயரற்ற நட்சத்திரங்கள்.

குழந்தைகள் நூல்கள்: கால் முளைத்த கதைகள், ஏழு தலைநகரம், கிறுகிறு வானம், லாலிபாலே, நீளநாக்கு, தலையில்லாத பையன், எனக்கு ஏன் கனவு வருது, காசுகள்ளன், பம்பழாபம், சிரிக்கும் வகுப்பறை, அக்கடா.

உலக இலக்கியப் பேருரைகள்: ஆயிரத்தொரு அரேபிய இரவுகள், ஹோமரின் இலியட், ஷேக்ஸ்பியரின் மெக்பத், ஹெமிங்வேயின் கடலும் கிழவனும், தஸ்தாயெவ்ஸ்கியின் குற்றமும் தண்டனையும், லியோ டால்ஸ்டாயின் அன்னா கரீனினா, பாஷோவின் ஜென் கவிதைகள்.

வரலாறு: எனது இந்தியா. மறைக்கப்பட்ட இந்தியா.

நாடகத் தொகுப்பு: அரவான், சிந்துபாத்தின் மனைவி, சூரியனைச் சுற்றும் பூமி.

நேர்காணல் தொகுப்பு: எப்போதுமிருக்கும் க=தை, பேசிக்கடந்த தூரம்.

மொழிபெயர்ப்புகள்: நம்பிக்கையின் பரிமாணங்கள், ஆலீஸின் அற்புத உலகம், பயணப்படாத பாதைகள்.

தொகை நூல்: அதே இரவு அதே வரிகள் (அட்சரம் இதழ்களின் தொகுப்பு), வானெங்கும் பறவைகள்.

ஆங்கிலத்தில் வெளிவந்துள்ள நூல்கள்: Nothing but water, Whirling swirling sky.

இணையதளம்: www.sramakrishnan.com

மின்னஞ்சல்: writerramki@gmail.com

பொருளடக்கம்

1. தேவமலர் – ஸெல்மா லாகர் லெவ்
   தமிழில்: க.நா.சு. — 9

2. உயிராசை – ஜாக் லண்டன்
   தமிழில்: புதுமைப்பித்தன் — 40

3. மேல்கோட்டு – நிக்கொலாய் கோகல்
   தமிழில்: பாஸ்கரன் — 66

4. விருந்தாளி – ஆல்பெர் காம்யூ
   தமிழில்: க.நா.சு. — 115

1
தேவமலர்
ஸெல்மா லாகர் லெவ்
தமிழில்: க.நா.சு.

பல குற்றங்களைச் செய்து மாட்டிக் கொண்ட அந்தத் திருடன் தன் மனைவியுடனும் ஐந்து குழந்தைகளுடனும் தலைமறைவாகக் காட்டுப்பிரதேசத்தில் ஒரு ரகசியமான குகையில் வசித்து வந்தான்.

கீயிங்கே காட்டை விட்டு அவன் வெளியே வரமுடியாது. நகரவாசிகள் யாராவது கண்டுவிட்டால் அவனைப் பிடித்துக் கொண்டு விடுவார்கள். அதிகாரிகள் அவனைச் சிறையில் அடைத்து வாட்டி விடுவார்கள். காட்டுப் பிரதேசத்தில் யாராவது அந்நியர்கள் வந்து வழி தெரியாமல் மாட்டிக் கொண்டால் திருடன் அவர்கள் பொருளைப் பிடுங்கிக் கொள்ளுவான்.

பணக்கார அந்நியர்கள் கையில் பணத்துடன் அந்தக் காட்டுக்குள் வருவது கொஞ்சம் கொஞ்சமாக அரிதாகிக் கொண்டிருந்தது. கீயிங்கே காட்டில் வசித்து வந்த அத்திருடனின் பெருமை நாடெங்கும் பரவியிருந்தது. அதனால் யாருமே தக்க துணையில்லாமல் காட்டுக்குள் போகத் துணிவதில்லை.

ஒரு சமயம் பல நாட்களாகவே காட்டுக்குள் யாரும் வரவில்லை. வந்து திருடனிடம் மாட்டிக் கொள்ளவில்லை. திருடனின் குடும்பம் சில நாட்கள் பட்டினியாகவே கிடந்தது. கடைசியில் திருடனின் மனைவி தன் குழந்தைகளையும் அழைத்துக் கொண்டு நாட்டிலே பிச்சை எடுத்து உணவு சேர்க்கக் கிளம்பினாள். அந்தக் குழந்தைகள் ஐந்தும் அறுதல் பழசான செருப்புகளும், ஆடைகளும் அணிந்திருந்தன. ஆனால் ஒவ்வொன்றின் கையிலும் ஒரு பெரிய பையைக் கொடுத்திருந்தாள் தாய்க்காரி. அந்தப் பைகள் ஐந்தும் நிறையும்படி பிச்சையெடுத்து உணவு கொண்டு வருவதாக அவள் உத்தேசம்.

ஐந்து பைகளும் நிரம்பிவிடும் என்பதிலும் சந்தேகமில்லை. ஏனென்றால், திருடனின் மனைவி பிச்சை என்று கேட்டால் இல்லை என்று சொல்ல அந்தப் பக்கத்தில் யாருக்குமே தைரியம் வராது. அவனிடம் ஜனங்களுக்கு அவ்வளவு பயம். அவளையும் அவள், குழந்தைகளையும் மனிதர்களாகவே ஜனங்கள் மதிப்பதில்லை. ஓநாய்கள் என்றே மதித்தார்கள். ஓநாய்களையும் விட மோசமானவர்கள் என்றே மதித்தார்கள். ஒரே வீச்சில் அவர்களை வெட்டி வீழ்த்திவிட்டால் தேவலை என்றுதான் அவர்களுக்கு ஆசை. ஆனால் அப்படிச் செய்ய யாருக்கும் தைரியம் வரவில்லை. அவளை வெட்டி விடலாம். ஆனால் காட்டிலே இருந்தானே அவள் கணவன். எதற்கும் அஞ்சாதவன். சூரன். பயங்கரச்சித்தம் படைத்தவன். அவன் வந்து பயங்கர வஞ்சம் தீர்த்துக் கொள்வானே என்று எண்ணி பயந்தார்கள்.

திருடனின் மனைவியும், அவள் குழந்தைகளும் வீடு வீடாகப் புகுந்து பிச்சையெடுத்துக் கொண்டே வந்தார்கள். கடைசியில் ஊவிட் மாளிகையை அடைந்தார்கள். அந்தக் காலத்தில் ஊவிட் மாளிகை மதகுருமார்களின் மடமாக இருந்தது. மடத்தின் வெளிக்கதவு மணியை அசைத்து விட்டுத் திருடனின் மனைவி பிச்சை கேட்டாள். அவள் குழந்தைகளும் உணவு கேட்டுக் குரல் கொடுத்தன. வாசற்காப்போன் திட்டி வாசலைத் திறந்து ஆறு ரொட்டித் துண்டுகளை அவளிடம் அளித்தான். அவளுக்கு ஒன்று. அவளுடைய ஐந்து குழந்தைகளுக்கும் ஆளுக்கு ஒவ்வொன்று. இதை அவள் வாங்கிப் பையில் அடைத்துக் கொண்டு நிற்கும்போது அவளுடைய குழந்தைகள் அங்கும் இங்குமாக ஓடி ஆடித் திரிந்து கொண்டிருந்தன. அவள் ரொட்டித் துண்டுகளைப் பத்திரப் படுத்தி விட்டுத் திரும்ப யத்தனிக்கும் சமயம் அவளுடைய கடைசிக் குழந்தை மேலங்கியைப் பிடித்து இழுத்தது. அதற்கு இங்கே வந்து பாரேன் விசேஷம் இருக்கிறது என்று அர்த்தம் என்பது அவளுக்குத் தெரியும். அவள் தன் குழந்தையைப் பின்பற்றினாள்.

மடத்தைச் சுற்றி ஓர் உயர்ந்த சுவர் எழுப்பப்பட்டிருந்தது. உள்ளே என்ன இருந்தது என்று வெளியே தெரியாது. சுவரிலே ஒரு மூலையில் ஒரு சிறிய கதவு இருந்தது. அச்சமயம் அந்தக் கதவு திறந்திருந்தது என்பதை அச்சிறுவன் கண்டு விட்டான். இதை அறிவுறுத்தவே அவன் தன் தாயாரின்

மேலங்கியைப் பிடித்து இழுத்தான். திறந்த கதவு வழியாக நுழைவது திருடனின் மனைவியின் பழக்கம். அவள் யாருடைய அனுமதியையும் எதிர்பார்ப்பதுமில்லை. கேட்பதுமில்லை. அந்த வாசல் வழியாகத் தன் குழந்தைகள் பின் தொடர அவள் உள்ளே புகுந்தாள்.

அந்த நாளில் ஊவிட் மடத்தின் தலைமை அப்பட் பதவி வகித்தவருக்கு குரு ஹான்ஸ் என்று பெயர். அவருக்கு தோட்டக் கலையிலும், மூலிகை புல்பூண்டு மலர்களிலும் அபாரமான பிரியம் உண்டு. மடத்துத் தோட்டத்தில் ஒரு மூலையில் அவர் வெகு அற்புதமான பலவித மூலிகைச் செடிகளையும், மலர் செடிகளையும் வைத்துப் பயிராக்கியிருக்கிறார். சிறிய தோட்டம் தான் அது. ஆனால் அதிலிருந்தே செடி கொடிகளையும், புல் பூண்டுகளையும் பல பிரதேசங்களிலிருந்து வெகுவாகச் சிரமப்பட்டு சேர்த்துக்கொண்டு வந்து வைத்து வளர்த்திருந்தார். திறந்திருந்த வாசல் வழியாக இந்தத் தோட்டத்திற்குள்தான் வந்தார்கள் திருடனின் மனைவியும், அவள் குழந்தைகளும்.

இந்த அழகான சிறுதோட்டத்தைக் கண்டு திருடனின் மனைவி முதலில் ஆச்சரியமடைந்து சில விநாடிகள் ஸ்தம்பித்து அப்படியே நின்று விட்டாள். காலம் நடு வசந்த காலம். செடிகளும், கொடிகளும் பசுமையாக இருந்தன. சிவப்பும், நீலமும், மஞ்சளுமாக ஆங்காங்கே விதவிதமான மலர்கள் மலர்ந்து மனசையும், கண்களையும் ஒருங்கே மயக்கின. தோட்டத்தைக் கண்ட வினாடி முதலே திருடனின் மனைவி தன் மனசைப் பறிகொடுத்து விட்டாள் — திருப்தியும், மகிழ்ச்சியும் அவள் முகத்திலே மலர்ந்தன. பாத்திகளுக்கிடையே வளைந்து வளைந்து செல்லும் பாதை வழியாக நாலாபக்கமும் பார்த்துக் கொண்டே நடக்கலானாள்.

மடத்தைச் சேர்ந்த சிஷ்யர்களில் ஒருவன் தோட்டத்தில் களை பிடுங்கிக் கொண்டிருந்தான். தோட்டத்துக் கதவைத் திறந்து வைத்திருந்தவன் அவன் தான். தான் பிடுங்கிய விழலை வெளியே எறிவதற்காகவே அவன் அந்தக் கதவைத் திறந்து வைத்திருந்தான். திருடனின் மனைவியும், அவள் குழந்தைகளும் அக்கதவு வழியாகத் தோட்டத்துக்குள் வந்ததை அவன் முதலில் கவனிக்கவில்லை. ஆனால் கவனித்தவுடன் எழுந்து ஓடி வந்து வெளியே போ, வெளியே போ என்று

கத்தினான். ஆனால் அவன் அப்படிக் கத்தியதையோ, அவன் வந்ததையே கவனிக்காதவள் போலவே திருடனின் மனைவி தோட்டத்தின் அழகுகளைப் பார்த்துக் கொண்டே மேலே நடந்தாள். ஒரு நிமிஷம் வெள்ளை அரும்புகளின் பாத்தி ஓரமாக நின்று தலையைச் சாய்த்துக் கொண்டு பார்த்தாள். அடுத்த நிமிஷம் நிமிர்ந்து மடாலயத்தின் சுவரில் படர்ந்து ஏறிய புல்லுருவியைக் கவனித்தாள். மடத்தின் சிஷ்யனைக் கவனிக்கவேயில்லை. அவளுக்கு காது கேட்கவில்லை என்று எண்ணினான் அந்த சிஷ்யன்.அல்லது தான் சொன்னது அவளுக்குப் புரியவில்லையோ என்று யோசித்தான். கையைப் பிடித்து இழுத்துக் கொண்டு போய் அவளை வெளியே விட்டு விட்டு வருவது என்று எண்ணியவனாக அவன் அவளை அணுகினான். ஆனால் அந்தச் சமயம் அவள் நிமிர்ந்து அவனை ஒரு பார்வை பார்த்தாள். அந்தப் பார்வையின் முன் சோர்ந்து போய் பின் வாங்கினான் சிஷ்யன். இவ்வளவு நேரம் முதுகில் இருந்த மூட்டையின் கனத்தால் குனிந்து கூனியபடியே நடந்து கொண்டு வந்த அவள் நேராக நிமிர்ந்து நின்று சொன்னாள். நான் கீயிங்கே காட்டுத் திருடனின் மனைவி. உனக்குத் தைரியமுண்டானால் நீ என் மேல் கை வைக்கலாம் என்றாள்.

அவள் இதைச் சொன்ன குரல் எப்படியிருந்தது தெரியுமா? டென்மார்க் தேசத்து ராணியே அவ்வளவு பெருமையுடன் தான் யார் என்பதை சொல்லிருக்க மாட்டாள். அது மட்டுமா? தான் யார் என்று அறிந்தவுடன் அந்த மடத்து சிஷ்யன் அலறிக் கொண்டு ஓடிவிடுவான் என்று அவள் எதிர்பார்த்தாள் போலும். அவள் யார் என்று அறிந்த பின்னரும் அந்த சிஷ்யன் தயங்கவில்லை. அவளைக் கையைப் பிடித்து வெளியே இழுத்துக் கொண்டுபோய் விட்டு விடுவது என்கிற எண்ணத்தை விட்டு விட்டனே தவிர, அவளை வெளியே போகச் சொல்வதை நிறுத்தவில்லை.

இதோ பார் நீ கீயிங்கே காட்டுத் திருடனின் மனைவியாக இருக்கலாம். ஆனால் இது மதகுருமாரும், அவர்களுடைய சிஷ்யர்களும் வசிக்கும் இடம். இங்கு ஸ்திரிகள் வரக்கூடாது. நீ போய்விடு. நீ இப்பொழுதே போகாவிட்டால் கதவைத் திறந்து வைத்திருந்த குற்றத்திற்காக குருமார் என்னிடம் கோபித்துக் கொள்வார்கள். அந்தக் குற்றத்துக்காக என்னை

மடத்திலிருந்து வெளியே துரத்தி விடுவார்கள் என்றான் மடத்து சிஷ்யன்.

இந்த மாதிரிப் பேச்செல்லாம் திருடனின் மனைவி காதில் ஏறவேயில்லை. அவள் தன் பாட்டில் பாத்திகளுக்கிடையே உல்லாசமாக உலாத்திக் கொண்டிருந்தாள். ஹிஸ்ஸம் பாத்தியண்டை நின்றாள் சிறிது நேரம் நீல - ஹிஸ்ஸம் புஷ்பங்களைப் பார்த்துக் கொண்டு. அடுத்த நிமிஷம் ஆரஞ்சு நிறமான காலை மந்தாரைப் புஷ்பங்களை நோக்கித் தன் கண்களைப் பார்த்தாள்.

சிஷ்யனுக்கு என்ன செய்வது என்று தெரியவில்லை. கடைசியில் அவளை வெளியே துரத்த உதவி கொண்டு வர வேண்டி மடத்துக்குள் ஓடினான். திடகாத்திரமான இரண்டு குருமார்களுடன் வெளியே வந்தான். அவர்களைக் கண்டவுடனேயே அவர்களுடைய உத்தேசம் திருடனின் மனைவிக்குத் தெரிந்து விட்டது. கால்களை ஊன்றிப் பாதையில் நிமிர்ந்து நின்று கொண்டு உரத்த குரலில் பேச ஆரம்பித்தாள். தோட்டத்தில் தன்னை இஷ்டப்படித் திரிய விடாவிட்டால், அந்த இடத்தையே அழித்து விடுவேன் என்று கூப்பாடு போட்டள். தான் தோட்டத்தைப் பார்வையிடுவதில் அவர்களுக்கு என்ன நஷ்டம் என்றாள். அவள் பயமுறுத்தல்களுக்கெல்லாம் அஞ்சுவதாக இல்லை மதகுருமார். அவளை அலேக்காகத் தூக்கி வெளியே கொண்டு போய்ப் போட்டு விடுவது என்ற உத்தேசத்துடன் அவளை அணுகினார்கள்.

ஆனால் அவர்கள் தன்னை அணுகும் வரையில் காத்திருக்கத் தயாராக இல்லை திருடனின் மனைவி. ஒரு பயங்கரமான கூச்சலுடன் திடீரென்று கைகளையும், கால்களையும் விசிறிக் கொண்டு அவர்கள் மேல் பாய்ந்து வந்தாள் அவள். அடித்தாள். குத்தினாள். உதைத்தாள். கூச்சலிட்டாள். அவளுடைய ஐந்து குழந்தைகளும் சந்தோஷ ஆரவாரத்துடன் வீரப்போர் புரிய வந்து தயாராகக் கலந்து கொண்டன. மதகுருமார் இருவரும், சிஷ்யன் ஒருவனும் அதி சீக்கிரமே தோல்வியை ஒப்புக் கொண்டு புது ஆள் பலம் கொண்டு வரப் பின்னிட்டனர்.

மடத்துக்குள் செல்லும் பாதையிலே அவர்கள் வேகமாக ஓடிக் கொண்டிருக்கையில் எதிர்ப்பட்டார் மடாலயத்தின்

அதிபதி அப்பட் ஹான்ஸ். தோட்டத்திலிருந்து எழுந்த கூச்சல் அவர் காது வரை எட்டி, என்ன விஷயம் என்று விசாரிக்க அவர் அதிவேகமாக விரைந்து கொண்டிருந்தார். கீயிங்கே காட்டுத் திருடனின் மனைவி தோட்டத்தில் புகுந்து விட்டதாகவும், மூவரும் சேர்ந்தும் அவளை அப்புறப்படுத்த முடியவில்லை என்றும், துணைக்கு இன்னும் சிலரை அழைத்து வரப் போய்க் கொண்டிருப்பதாகவும் அவரிடம் தெரிவித்தனர் மதகுருமாரும் சிஷ்யனும்.

உதவிக்கு ஆள் கூப்பிட வேண்டாம் என்றார் அப்பட் ஹான்ஸ். அவளைப் பலவந்தமாக அப்புறப்படுத்த முயன்றதே தவறு என்றார் அவர். இரண்டு மதகுருமார்களையும் போய் உங்கள் வேலையைக் கவனியுங்கள் என்று கடிந்து அனுப்பி விட்டு, அந்தக் கிழ அப்பட் சிஷ்யப்பிள்ளையை மட்டும் தன்னுடன் அழைத்துக் கொண்டு தோட்டத்துக்குள் வந்தார்.

திருடனின் மனைவி இன்னும் தோட்டத்திலே தான் இருந்தாள். பாத்தி பாத்தியாகப் பார்த்துக் கொண்டே நின்றாள். அவளை ஆச்சரியத்துடனும், சற்று மகிழ்ச்சியுடனுமே கவனித்தார் அப்பட்ஹான்ஸ். அவள் அந்த மாதிரித் தோட்டத்தை அதற்கு முன் எங்கேயும் கண்டிருக்க முடியாது என்பது என்னவோ நிச்சயம். அதுபற்றி அப்பட் ஹான்ஸுக்கு சந்தேகமேயில்லை. ஆனால் ஏதோ தினம் தனக்குப் பழக்கமான காரியத்தைச் செய்வது போல் அவள் பாத்தி பாத்தியாகப் பார்த்துக் கொண்டே வந்தது அவருக்கு ஆச்சரியமாக இருந்தது. பழைய நண்பர்களைப் பார்ப்பது போல அவள் சில செடிகளைப் பார்த்தாள். சில மலர்களைப் பார்த்துத் தலையை ஆட்டினாள். சில செடிகளைத் தடவிக் கொடுத்தாள். அவள் முகத்திலே படர்ந்திருந்த ஆனந்தத்தைக் காணக் காண அப்பட் ஹான்ஸுக்கு இன்பமாக இருந்தது.

மதகுருமார் அதுவும் மடாதிபதிகள் அநித்தியமான வஸ்துக்களின் மேல் ஆசை வைக்கக்கூடாது தான் எனினும் நமது மதகுரு அப்பட் ஹான்ஸ் தனது தோட்டத்தின் பேரில் அளவு கடந்த ஆசை வைத்திருந்தார். எவ்வளவோ சிரமப்பட்டுத் தேடிப்பிடித்துத் தன் கையாலேயே நட்டு வைத்து, தண்ணீர் ஊற்றி வளர்த்த செடிகள் பல இருந்தன. அந்தத் தோட்டத்திலேயே தன்னைப் போலவே அவளும்

அந்தத் தோட்டத்தின் அழகிலே ஈடுபட்டிருப்பதைக் கண்டு அப்பட் ஹான்ஸ் சந்தோஷப்பட்டார். அவளைப் பார்த்தால் பயங்கரமான காட்டு மிராண்டி போலத்தான் இருந்தது. ஆனால் தன் தோட்டத்தின் அழகைக் காண்பதற்காக அவள் மூன்று பேருடன் தனியாகப் போராடி ஜெயித்தாள் என்று எண்ணும் போது அப்பட் ஹான்ஸுக்குத் தன் தோட்டத்தைப் பற்றிச் சற்றுப் பெருமையாகவே இருந்தது. அவர் அவளை அணுகித் தாழ்மையுடனே கேட்டார். "இந்தத் தோட்டம் உனக்குப் பிடித்திருக்கிறதா" என்று.

திருடனின் மனைவி எது வந்தாலும் எதிர்ப்பது என்ற திடசித்தத்துடன் திரும்பினாள். ஏதோ பேச்சுக் கொடுத்து ஏமாற்றி தன்னைக் குண்டுக்கட்டாக வெளியேற்றி விடுவார்கள் என்று எதிர்பார்ப்பவள் போல் அவள் தயாராகத் திரும்பினாள். ஆனால், அப்பட்ஹான்ஸின் தலைமயிர் தூய வெள்ளையாக இருந்தது. அவர் குரலைப் போலவே அவர் தேகமும் மெலிந்திருந்தது. அவள் அமைதியாகவே பதிலளித்தாள்.

இதைவிட அழகான தோட்டத்தை நான் கண்டதில்லை என்றுதான் முதலில் நினைத்தேன், ஆனால்

ஆனால் என்ன? என்றார் அப்பட் ஹான்ஸ்.

ஆனால் இதைவிட அழகான தோட்டம் ஒன்றை நான் பார்த்திருக்கிறேன். அதனுடன் இதை ஒப்பிடுவதற்கேயில்லை என்றாள் திருடனின் மனைவி சாந்தமாக.

அப்பட் ஹான்ஸ் இந்த மாதிரியான பதிலை எதிர்பார்க்கவில்லை. தன்னுடையதை விட அழகான தோட்டத்தைப் பார்த்திருப்பதாக அவள் சொன்னவுடனே அவருடைய முகம் சற்றே சிவந்தது. என்ன பதிலளிப்பது என்று அறியாமல் சற்று மௌனமாக நின்றார். அவர் அண்டையில் நின்ற சிஷ்யன் சற்றுப் பதட்டமாக அதட்டலாகவே சொன்னான். இது யார் தெரியுமா? இம்மடத்தின் அதிபதியான அப்பட் ஹான்ஸாக்கும் இவர். எவ்வளவோ சிரமப்பட்டு நாடெல்லாம் தேடித் திரிந்து மூலிகைகளையும், மலர்களையும், கொடிகளையும், செடிகளையும் இங்கு கொண்டு வந்து சேர்த்திருக்கிறார். பைத்தியக்காரி நீ. உனக்கு என்ன தெரியும்? இந்த மாதிரி

தோட்டம் இந்த தேசத்திலேயே கிடையாது. தெரியுமா? நீ ஏதோ காட்டிலே வசிப்பவள். எவ்விதமான தோட்டத்தையுமே கண்டறியாதவள். இதைப் பற்றி அபிப்பிராயம் சொல்ல உமக்கு என்ன தெரியும்?

உன்னையோ, உன் மடத்து அதிபதியையோ தாழ்மைப்படுத்த நான் விரும்பவில்லை என்று பதில் அளித்தாள் திருடனின் மனைவி. ஆனால் எனக்குத் தெரியும் ஒரு தோட்டம். இந்தக் கண்களால் அதைப் பார்த்திருக்கிறேன். அந்தத் தோட்டத்தை மட்டும் நீங்கள் பார்த்திருப்பீர்களானால் இது என்ன தோட்டம் என்று நீங்களே வெட்கப்பட்டு இதிலுள்ள செடிகளையெல்லாம் பிடுங்கி எறிந்து விடுவீர்கள் என்றாள்.

மடத்துத் தோட்டத்தைப் பற்றி அப்பட்ஹான்ஸைப் போலவே அந்தச் சிஷ்யனும் பெருமை கொண்டவன். காட்டில் வசிக்கும் ஒரு காட்டுமிராண்டி இப்படிச் சொன்னதைக் கேட்டு அவன் நகைத்தான். அதேசமயம் அவனுக்குக் கோபமும் அளவு கடந்து வந்தது.

ஆமாம் உங்க காட்டிலே இதைவிட அழகான தோட்டம் இருக்கு. போடி போ, பைத்தியக்காரி. கடவுளின் மேல் ஆணையாகச் சொல்கிறேன். நீ ஒரு தோட்டத்தைப் பார்ப்பது இதுவே முதல் தடவை என்று நான் நினைக்கிறேன் என்றான் அவன்.

திருடனின் மனைவிக்குக் கோபம் வந்தது. தன் வார்த்தைகளைப் பொய் என்று ஒருவன் சொல்கிறானே என்று உண்மை தான் என்றாள் கோபமாக. நான் இன்று வரை மனிதனால் நிர்மாணிக்கப்பட்டத் தோட்டத்துக்குள் போய் பார்த்ததில்லை என்பது உண்மையே. ஆனால் தோட்டம் என்றால்.. நீங்கள் புனிதமான வாழ்க்கை நடத்துபவர்கள் மதகுருக்கள், அவர்களின் சிஷ்யர்கள் நீங்கள் கேள்விப்பட்டதில்லையா? பிரதி வருஷமும் கிறிஸ்துமஸுக்கு முந்திய இரவு வசந்தகாலம் போல கீயீங்கே வனம் பூத்துக் குலுங்குகிறது என்று நீங்கள் கேள்விப்பட்டதில்லையா, பார்த்ததும் இல்லையா? நடு மாரிக்காலத்தில் நமது கிறிஸ்துவின் பிறப்பின் ஞாபகார்த்தமாக, கிறிஸ்து அர்ப்பணமாக வசந்தகாலம் தோன்றி மரமும் செடியும் கொடியும் பூத்துக் குலுங்கும் என்று நீங்கள் அறிந்ததில்லையா? காட்டில் வசிக்கும் நாங்கள் பிரதி வருஷமும் இந்த விஷயத்தைக்

கண்டிருக்கிறோம். என்ன அற்புதமான புஷ்பங்கள்! என்ன அழகான வர்ணங்கள்! எவ்வளவு இன்பகரமான வர்ண விஸ்தாரங்கள் அடடா! நாவால் சொல்லி மாளாது. கைநீட்டி அந்தப் புஷ்பங்களில் ஒன்றைப் பரிக்கவும் மனசு வராதே. அவ்வளவு அழகு.

மதகுருவின் சிஷ்யன் ஏதோ பதில் சொல்ல வாயெடுத்தான். ஆனால், ஒன்றும் சொல்லதே, பேசாதிரு என்று அப்பட் ஹான்ஸ் கையைக் காட்டினார். கீயிங்கே வனம் நடுமாரியில் கிறிஸ்துமஸ் தினத்தன்று கிறிஸ்துவின் பிறப்பைக் கொண்டுவதற்காக வசந்த ஆடை தரிக்கிறது என்கிற கதையை அவர் இளவயசிலிருந்தே கேள்விப்பட்டதுண்டு. அந்தச் சமயத்தில் வனத்தைப் பார்க்க வேண்டுமென்று அவர் பல தடவைகளில் ஆசைப்பட்டதுமுண்டு. ஆனால் காண நேர்ந்ததில்லை. இப்பொழுது அதைப் பார்க்க ஒரு சந்தர்பபம் கிடைக்கும்போல் இருந்தது. கிறிஸ்துமஸ் தினத்தன்று தன்னை அழைத்துப் போய் அந்த வித்தையைக் காட்ட வேண்டும் என்று திருடனின் மனைவியிடம் அவர் வேண்டிக் கொண்டார். அவளுடைய குழந்தைகளில் ஒருவனை வழிகாட்டுவதற்கு அனுப்பினால் வருவதாகக் கூறினார். தனியாக வருவதாகவும், தன்னால் அவளுடைய குடும்பத்துக்கு எவ்விதமான கெடுதியும் வராது என்றும் சொன்னார். கெடுதிவராது என்பது மட்டுமல்ல. திருடனுக்கும், அவன் குடும்பத்துக்கும் தன்னாலான உதவி செய்வதாகவும் வாக்களித்தார்.

முதலில் திருடனின் மனைவி தயங்கினாள். அப்பட் ஹான்ஸ் மூலமாகத் தனது கணவனுக்கு ஏதாவது ஆபத்து நேர்ந்து விட்டால் என்ன செய்வது என்று பயந்தாள். காட்டில் தங்களுடைய வாசஸ்தலத்தை அறிந்து கொண்டு அப்பட் ஹான்ஸ் காட்டிக் கொடுத்துவிட்டாரானால்.. ஆனால் தன்னுடைய கிறிஸ்துமஸ் தோட்டத்தை அவருக்குக் காட்ட வேண்டும்மென்ற விருப்பம் மேலோங்கி நின்றது. கடைசியில் ஒப்புக் கொண்டாள். நிபந்தனைகளும் விதித்தாள்.

நீங்கள் ஒருவரை மட்டுமே உடன் அழைத்து வரலாம். வேறு யாரையும் அழைத்து வரக்கூடாது. புனிதமான மதகுருவாகிய நீங்கள் எங்களை ஏமாற்றி அதிகாரிகளிடம் காட்டிக் கொடுப்பதில்லை என்று வாக்களிக்க வேண்டும்.

எங்கள் வாசஸ்தலங்களையும், அதை அணுகும் வழியையும் காட்டிக் கொடுக்கக் கூடாது.

அப்பட் ஹான்ஸ் அப்படியே சத்தியம் செய்து கொடுத்தார். திருடனின் மனைவி கடைசித் தடவையாகத் தோட்டத்தை ஒருமுறை சுற்றிப் பார்த்து விட்டு கிளம்பினாள். தாங்கள் இப்படிக் கிறிஸ்துமஸ் தினத்துக்கு ஏற்பாடு செய்திருப்பதை ஒருவரிடமும் சொல்லக்கூடாது என்று தன் சிஷ்யனுக்குக் கட்டளையிட்டார். வெளியில் தெரிந்து விட்டால் காரியம் நடக்காது. கிழவனாகிய அவரைத் தனியே அனுப்ப, அதுவும் கீயிங்கே காட்டில் திருடனின் குகைக்கு அனுப்ப, மடத்தைச் சேர்ந்தவர்கள் அனுப்ப மாட்டார்கள் என்று பயந்தார் கிழ மதகுரு அப்பட் ஹான்ஸ்.

இந்த விஷயம் பற்றி அவராகவே யாருடனும் பேசுவதும் இல்லை. பேசியும் இருக்க மாட்டார். ஆனால் ஒரு நாள் ஒண்டு நகரில் இருந்து ஆர்ச் பிஷப் அப்ஸலன் வந்திருந்தார். ஊவிட் மடத்தில் ஓர் இரவு தங்கினார். அப்பட் ஹான்ஸ் பெருமையுடன் சாயங்கால வேளையில் தனது தோட்டத்தை ஆர்ச்பிஷப்பு அப்ஸ்லனுக்குக் காட்டிக் கொண்டிருந்தார். அன்று அவருக்கு என்னவோ ஞாபகம் வந்தது. முன் தோட்டத்தில் வேலை செய்து கொண்டிருந்தான். அப்பட் ஹான்ஸ் அந்த விஷயத்தை ஆர்ச் பிஷப்பிடம் சொல்வது அந்த சிஷ்யன் காதில் விழுந்தது.

முதலில் கீயிங்கே காட்டில் வசித்து வந்த திருடனைப் பற்றி அவர் பேச்செடுத்தார். அவன் பிரஷ்டம் செய்யப்பட்டு எவ்வளவோ வருஷங்களாகி விட்டன. நகரை விட்டுத் துரத்தியதால் அவன் பேரில் ஏற்பட்டிருந்த அபக்கியாதியை நீக்கி அவனை மறுபடியும் மனிதர்களிடையே மனிதனாக நடமாட அனுமதிக்க வேண்டும் என்று தான் விரும்புவதாகக் கூறினார் அப்பட்ஹான்ஸ்.

அயோக்கியனை மீண்டும் யோக்கியர்களிடையே நடமாட விடுவது தவறு என்றார் ஆர்ச் பிஷப் அப்ஸலன். அவன் காட்டிலே வசிப்பதுதான் உலகத்துக்கே ஷேமம் என்றார் அவர்.

இதைக் கேட்ட அப்பட்ஹான்ஸ் அந்தத் திருடனை மன்னிக்கத்தான் வேண்டும் என்று உற்சாகத்துடன்,

ஆர்வத்துடன் பேசத் தொடங்கி விட்டார். பேச்சு மும்முரத்தில் அவர் கீயிங்கே காட்டைப் பற்றியும், அதில் ஒவ்வொரு மாரியிலும் கிறிஸ்துமஸ் சமயத்தில் வஸந்தம் விளையாடுகிறது கிறிஸ்துவைக் கௌரவிப்பதற்காக என்றும், அந்தக் காட்சியைத் திருடன் என்று ஜனங்களால் பிரஷ்டம் செய்யப்பட்ட அவன் பிரதி வருஷமும் காண்கிறான் என்று சொன்னார். அவன் திருடன் என்று நம்மால் ஒதுக்கப்பட்டவன். கடவுளின் விந்தைகள், மாயங்கள், பெருமைகள் நமக்குப் புலப்படுவதற்கு அதிகமாகவே அவனுக்குப் புலப்படுகின்றன என்றால் நம்மைவிட அவன் தேவலை என்று ஏற்படவில்லையா? கடவுள் அவனை ஒதுக்கவில்லை என்றும் ஏற்படவில்லையா? என்றார்.

இதற்கு என்ன பதில் சொல்லாம் என்று ஆர்ச் பிஷப் நன்கு அறிந்திருந்தார். சற்றும் தயங்காமலே பதில் அளித்தார். அப்பட் ஹான்ஸ் இது ஒன்று மட்டும் நான் உங்களிடம் சத்தியமாகச் சொல்கிறேன். ஏதோ கிறிஸ்துமஸ் சமயத்தில் வசந்த மலர்கள் அத்திருடன் குகையில் பூக்கின்றன என்கிறீரே, அந்த மலரில் ஒன்றைக் கொண்டு வந்து என்னிடம் காட்டும். அன்றே அந்தத் திருடனையும், அவன் குடும்பத்தையும் மன்னித்து திரும்பவும் சமூகத்தில் ஏற்றுக் கொள்ளச் செய்கிறேன்.

இதைச் சொல்லிவிட்டு ஆர்ச் பிஷப் லேசாகச் சிரித்தார்.

இத்தனையும் கேட்டுக் கொண்டிருந்த சிஷ்யனுக்குத் தெரிந்து விட்டது. இந்தக் கிறிஸ்துமஸ் தோட்டக் கதையை ஆர்ச் பிஷப்பும் தன்னைப் போலவே நம்பவில்லை என்று. ஆனால் அப்பட் ஹான்ஸுக்கு இம்மாதிரி சிந்தனைகள், சந்தேகங்கள் ஒன்றும் இல்லை. இந்த விந்தையை பார்க்கத்தான் போகிறோம் என்று நிச்சமிருந்தது. எனவே ஆர்ச் பிஷப்புக்கு வந்தனம் சொன்னார். அத்திருடன் மேல் பச்சாதாபம் கொள்வதாக வாக்களித்ததற்காக கூடிய சீக்கிரமே ஆர்ச் பிஷப் கேட்ட அந்த மலரைக் கொண்டு வந்து தருவதாகவும் சொன்னார்.

கிறிஸ்துமஸுக்கு முந்திய தினம் கீயிங்கே வனத்துக்குக் கிளம்பிவிட்டார் அப்பட் ஹான்ஸ். திருடனின் மனைவி தான் சொல்லிவிட்டு வந்ததை மறந்துவிடாமல் தன்னுடைய குழந்தைகளில் ஒருவனை அனுப்பியிருந்தாள், அவருக்கு

வழிகாட்ட. அன்று தோட்டத்தில் களைபிடுங்கிக் கொண்டிருந்த அதே சிஷ்யப்பிள்ளை பின்தொடர, திருடனின் வாண்டுப் பயல் முன்னே வழிகாட்டிக் கொண்டு ஓட அப்பட் ஹான்ஸ் கீயிங்கே வனத்துக்குள் பிரவேசித்தார்.

இந்தப் பிரளாணத்தை மிகவும் ஆவலுடன் எதிர்பார்த்துக் கொண்டிருந்தவர் அப்பட் ஹான்ஸ். திருடர்களின் கண்ணுக்குப் புலனாகித் தன்னைப் போன்ற புனிதமான மடாதிபதிகளுக்குக்கூடப் புலனாகாத அந்த தெய்வீகமான வஸந்தக் காட்சியைக் காண அவர் துடியாய்த் துடித்துக் கொண்டிருந்தார். அவருடன் வந்த சிஷ்யனுக்குத்தான் சற்றுப் பயமாக இருந்தது. அவனுக்குத் தன்னுடைய குருவிடம் அபாரமான பிரேமை. அது காரணமாகத்தான் அவன் குருவுக்கு காவலாக வந்திருக்கிறான். வேறு யாருடனும் அவரைச் சேர்த்து அனுப்ப அவனுக்குத் தைரியமில்லை. என்ன நேர்ந்துவிடுமோ என்று பயம். ஆனால் அவனுக்கு உள்ளூர ஒரு நிச்சயம். இரவு வசந்தகாலம் பூணுகிறது என்பது கட்டுக்கதை என்று தான் நம்பினான். திருடனின் மனைவி ஏதோ கதைத்தாள். அது தவிர வேறு ஒன்றுமில்லை என்றே அவன் எண்ணினான். அப்பட் ஹான்ஸைப் பிடித்துக் கொல்லத் திருடனின் மனைவி செய்த சதியாகவும் இருக்கலாமோ அது என்றுகூடச் சில சமயம் அவனுக்குத் தோன்றியது.

கீயிங்கே காட்டுக்குப் போகும் வழியெல்லாம் வசித்த ஜனங்கள் கிறிஸ்துமஸ் நாளை எதிர்பார்த்துக் குதூகலமாக இருந்தார்கள். முந்திய கிறிஸ்துமஸ் நாட்களைப் போலவே இந்த கிறிஸ்துமஸையும் கொண்டாட ஒவ்வொரு வீட்டிலும் ஏற்பாடுகள் நடந்து கொண்டிருந்தன. கிறிஸ்துமஸ் தினத்துக்கு முந்திய தினமாதலால் ஏற்பாடுகளெல்லாம் முடிவடையும் தருணத்திலிருந்தன. பெரிய பெரிய அண்டாக்களில் ஸ்நானத்திற்கு வெந்நீர் தயாராகிக் கொண்டிருந்தது. ரொட்டி மற்றும் ரக ரகமான திண்பண்டங்களும் தாராளமாகத் தயாராகியிருந்தன. உக்கிராணங்களிலிருந்து சாப்பாட்டு அறைக்குச் சென்று கொண்டிருந்தன. வீடுகளிலும், வாசலிலும், தரையிலும், வைக்கோல் பரப்பியிருந்தது. வழிநெடுக இருந்த சிறு மாதாகோவில்களெல்லாம் கிறிஸ்துமஸை முன்னிட்டு அலங்கரிக்கப்பட்டிருந்தன. கிறிஸ்துமஸைவிட பெரிய உத்ஸவம் எது? இவற்றையெல்லாம் கவனித்துக் கொண்டே மனசில்

மட்டற்ற மகிழ்ச்சியுடன் சவாரி செய்தார் அப்பட் ஹான்ஸ். பாஸ்யேர மடத்திற்குப் போகும் பாதையில் ஒரே கூட்டமாக இருந்தது அன்று. அந்த மடத்தில் ஏழை எளியவர்களுக்குச் சாப்பாடு போடுவார்கள். தவிரப் பணக்காரர்கள் பலர் சேர்ந்து தானதருமங்கள் செய்வார்கள்.

கிறிஸ்துமஸ் ஏற்பாடுகள் இப்படி ஆனந்தமாக நடந்து கொண்டிருப்பதைப் பார்க்கப் பார்க்க அப்பட் ஹான்ஸுக்கு ஆவல் அதிகரித்தது. உள்ளம் துடிதுடித்தது. தான் அது வரையில் கொண்டாடிய கிறிஸ்துமஸ் உத்ஸவங்களை எல்லாம்விட அதி அற்புதமான, அதிசிரேஷ்டமான கிறிஸ்துமஸ் உத்ஸவத்தைக் கீயிங்கே காட்டில் திருடன் குடும்பத்துடன் கொண்டாடப் போகிறோம் என்ற ஞாபகம் அவரை மேலும் மேலும் வேகமாகத் தன் குதிரையைத் தட்டிவிடத் தூண்டியது. மற்றவர்கள் பலருக்கு அதுவும் மடாலயத்தில் தன்னையும்விடப் பெரியவர்கள், மதிப்பு வாய்ந்தவர்களுக்குக் கூடக் கிடைக்காத ஒரு பாக்கியம் தனக்குக் கிடைக்க இருந்ததை எண்ண எண்ண அவருக்கு ஆனந்தமாக இருந்தது.

ஆனால் அவருடன் வந்த சிஷ்யப்பிள்ளையோ அப்படியில்லை. போக போக அவன் மனம் துன்பத்தில் ஆழ்ந்தது. ஊரெல்லாம் வழக்கம்போல கிறிஸ்துமஸ் பண்டிகை ஒவ்வொரு குடும்பத்திலும் உற்சாகமாக ஏற்பாடுகள் நடந்து கொண்டிருக்கின்றன. இவர்கள் வீட்டிலோ எவ்விதமான ஏற்பாடுகளையுமே காணோம். விருந்துண்ணுவதற்குக் கூட சாதாரண உணவுப் பண்டங்களையும் காணோமே. கிறிஸ்துமஸ் தினத்தன்று இவர்களுக்கு உண்ண உணவு கூடக் கிடைக்காது போலிருக்கிறதே. ஐயோ பாவம். அந்தப் புனிதமான நன்னாளை எதிர்பார்த்து இவள் தன் குடிசையை அலம்பி சுத்தம் கூடச் செய்யவில்லையே. கிறிஸ்துமஸ் தினத்தன்று கூட அவர்களுக்குச் சாப்பிடக் கிடைத்தது ஏதோ கஞ்சி தான் அதுவும் அரைவயிறு அலம்பக் கூடப் போதுமானதாக இராது என்று யோசித்தார்.

ஆனால் திருடனின் மனைவி இதைப் பற்றியெல்லாம் சிந்தித்ததாகவே தெரியவில்லை. ஒரு பெரிய மனுஷி. தன் மாளிகையில் விருந்துக்கு வந்த மற்றப் பெரிய மனிதர்களை வரவேற்பது போன்ற குரலில் சொன்னாள். இப்படிக்

கணப்பண்டை வந்து உட்காருங்கள், அப்பட் ஹான்ஸ். தங்கள் சிஷ்யனும் இங்கே வரலாம். இரவு உணவு ஏதாவது கையில் கொண்டு வந்திருந்தீர்களானால் அதை அருந்துங்கள் ஏனென்றால் காட்டில் நாங்கள் வழக்கமாக அருந்தும் உணவு உங்களுக்குப் பிடிக்காது என்றே நினைக்கிறேன். நீண்ட பயணம் செய்திருக்கிறீர்கள். களைப்பாயிருந்தால் இப்படியே படுத்து உறங்குங்கள். கிறிஸ்து பிறந்த உத்ஸவத்தை இக்காடு கொண்டாடும் விதத்தை நீங்கள் பார்க்காமல் தூங்கிவிட மாட்டீர்கள். நான் விழித்துக் கொண்டிருப்பேன். தூங்கிவிட மாட்டேன். சரியான சமயத்தில் உங்களை எழுப்புகிறேன் என்றாள்.

அப்பட் ஹான்ஸ் தன்னுடன் உணவு கொண்டு வந்திருந்தார். ஆனால், அதை எடுத்துச் சாப்பிட அவருக்குச் சிரமமாக இருந்தது. அவ்வளவு களைப்பு. உணவு கூட அருந்தாமல் சும்மாப் படுத்து விட்டார். படுத்தவுடன் தூங்கியும் போய்விட்டார்.

அவருடைய சிஷ்யனும் படுத்துக் கொண்டான். ஆனால் அவனுக்குச் சுலபத்தில் தூக்கம் வரவில்லை. தூங்கிக் கொண்டிருப்பது போலப் படுத்திருந்த திருடன் விழித்துக் கொண்டு தங்களைக் கட்டிப் போட்டு விட்டால் என்ன பண்ணுவது என்று பயந்தான். ஆனால் அவனாலும் அதிகநேரம் விழித்திருக்க முடியவில்லை. தன்னையும் அறியாமலே தூங்கிவிட்டான்.

சிஷ்யப் பிள்ளை மீண்டும் கண் விழித்துப் பார்த்தபோது அப்பட் ஹான்ஸ் எழுந்து விட்டார். எழுந்து கணப்பருகே திருடனின் மனைவி பக்கத்திலே உட்கார்ந்து பேசிக் கொண்டிருந்தார். திருடனும் விழித்துக் கொண்டு விட்டான். அவன் முகத்திலே சோம்பல் பாவமும், உற்சாகமின்மையும் படர்ந்திருந்தன. தன் மனைவியும், அப்பட் ஹன்ஸூம் பேசிக் கொண்டிருந்ததில் கலந்து கொள்ள விருப்பம் இல்லை போலும். அவன் முகத்தைத் திருப்பிக் கொண்டு உட்கார்ந்திருந்தான்.

திருடன் மனைவியிடம் அப்பட்ஹான்ஸ் கிறிஸ்மஸைப் பற்றி பொதுவாகவும், கிறிஸ்துமஸ் விழாவைக் கொண்டாட ஜனங்கள் ஊரெங்கும் செய்து கொண்டிருந்த ஏற்பாடுகளைப் பற்றியும் பேசிக் கொண்டிருந்தார். அவள் பழைய சிந்தனைகளில்

ஈடுபட்டவளாக அதிகம் பேசாமல் இருந்தாள். அவளும் ஒரு காலத்தில் சாதாரண ஜனங்களிடையே சாதாரண மனுஷியாக சாதாரண வாழ்க்கை நடத்திக் கொண்டிருந்தவள் தான். அந்தக் காலத்தில் அவளும் கிறிஸ்துமஸ் விழாக்களிலும் கொண்டாட்டங்களிலும் கலந்து கொண்டவள் தான். அந்த ஞாபகங்களே எவ்வளவு இன்பமாக இருந்தன.

உன் குழந்தைகளை எண்ணி நான் துக்கப்படுகிறேன் என்றார் அப்பட் ஹான்ஸ் அவர்கள் சாதாரண மக்களைப் போல இவ்விழாக் கூட்டங்களில் கலந்து கொள்வதற்கில்லையே.

முதலில் திருடனின் மனைவி அதிகமாகப் பேசவில்லை. கேட்டதற்கு ஒவ்வொரு வார்த்தை பதில் அளித்தாள். சிறிது நேரம் கழித்து அப்படி வார்த்தை சொல்வதையும் நிறுத்தி விட்டாள். சிந்தனை அலைகள் மோதி மோதி அவள் முகத்திலே ஓர் ஆனந்தப்பரவசம் படர்ந்தது. வாய் திறவாமல் அப்பட் ஹான்ஸ் சொல்வதையெல்லாம் கேட்டுக் கொண்டு உட்கார்ந்திருந்தாள். திடீரென்று திருடன் திரும்பிச் சம்பாஷணையில் குறுக்கிட்டான். அப்பட் ஹான்ஸின் முகத்திற்கெதிரே முஷ்டியைத் தூக்கிக் காட்டினான்.

'மதகுருவாம் மதகுரு' வந்து விட்டார். என் பொண்டாட்டி பிள்ளையை என்னிடமிருந்து பிரித்துக் கொண்டு போகவா நீ வந்தாய்? நாங்கள் காட்டை விட்டு வெளியே வர முடியாது. வந்தால் எங்களைப் பிடித்து சிறையில் அடைத்து விட மாட்டார்களா? நாங்கள் காட்டை விட்டு வெளிவர முடியுமா?

அவன் கோபத்தைக் கண்டு பயப்படாமல் அப்பட்ஹான்ஸ் சொன்னார். இதோ பார். நான் ஆர்ச் பிஷப் அப்ஸலனிடம் சொல்லியிருக்கிறேன். உன் குற்றங்களை மன்னித்து உன்னை மீண்டும் ஜனங்களிடையே அனுமதிக்கும்படியாக, நீ திரும்பவும் நகருக்கு வந்து மனிதர்களிடையே மனிதனாக வசிக்கலாம்.

இதைச் செவியுற்ற திருடனும், திருடனுடைய மனைவியும் விழுந்து விழுந்து சிரித்தார்கள். ஆர்ச் பிஷப் அப்ஸலன் எப்படிப்பட்டவர் என்பது அவர்களுக்குத் தெரியும். அவராவது அவர்களை மன்னிக்கவாவது அவர்கள் விழுந்து, விழுந்து சிரித்தார்கள்.

தேவமலர் | 23

“நான் ஆர்ச் பிஷப்பு அப்ஸலனிடம் சொல்லியிருக்கிறேன். அவர் கவனித்துக் கொள்வார்”. என்று மீண்டும் சொன்னார் அப்பட் ஹான்ஸ். அவர் நிமிர்ந்து திருடனைப் பார்த்தார். நேருக்கு நேராகப் பார்த்தார்.

அவர் பார்வையைக் கவனித்த திருடன் சொன்னான். “ஓ அப்படி என்னை மன்னித்து மறுமடியும் ஜனங்களிடையே நடமாட அனுமதிப்பாரா ஆர்ச் பிஷப்பு - அப்படிச் செய்தாரானால் நான் சத்தியமாகச் சொல்லுகிறேன். இனி என் ஆயுளில் ஒரு நாள் கூட நான் திருடமாட்டேன். எதையுமே, ஒரு சிறு வாத்துக்குஞ்சைக் கூடத் திருடமாட்டேன் என்றான் அவன் உணர்ச்சியுடன்.

தன் முயற்சிகள் பலிக்கும் என்று அறிந்து அப்பட்ஹான்ஸ் சந்தோஷப்பட்டார். ஆனால் திருடனின் வார்த்தைகள் அவருடைய சிஷ்யனுக்குச் சந்தோஷமூட்டவில்லை. அதற்கு நேர் மாறாக அவனுக்குக் கோபமூட்டின. தன் குருவைக் கேலி செய்கிறார்கள் என்று எண்ணினான் அவன். ஆனால் ஒன்றும் சொல்லவில்லை. மடாலயத்தில் இருப்பதை விட அதிகச் சந்தோஷமாக இருக்கிறார் தன் குரு என்பதைக் காண அவனுக்கே சந்தோஷமாக இருந்தது.

திடீரென்று திருடனின் மனைவி எழுந்தாள். “நீங்கள் பாட்டுக்கு ஒரு கவலையுமில்லாமல் இங்கு உட்கார்ந்து பேசிக் கொண்டிருக்கிறீர்களே, அப்பட் ஹான்ஸ்”, என்று கேட்டாள் அவள். “உங்களுக்குக் காது கேட்கவில்லையா? கீயிங்கே வனம் தேவவனமாக மாறுவதைப் பார்க்க வேண்டாமா? மனிதர்களின் சப்தம் கேட்க ஆரம்பித்து விட்டதே. கிறிஸ்து பிறந்த வினாடி நெருங்குகிறது. அதன் ஞாபகார்த்தமாக தேவலோகத்து மணிகள் ஒலிக்கத் தொடங்கி விட்டனவே! என் காதில் கேட்கிறதே” என்றாள்.

திருடனின் மனைவியின் காதில் தேவலோகத்து மணிகள் ஒலித்தன. அப்பட் ஹான்ஸூம் அவர் சிஷ்யனும் உற்றுக் கேட்டார்கள். அவர்கள் காதில் ஒன்றும் கேட்கவில்லை. தெய்வத்தின் வழிகளே விசித்திரமானவை என்று சிந்தித்தவராக அப்பட் ஹான்ஸ் சும்மா இருந்தார்.

“வாருங்கள் வெளியே போகலாம். வனத்திலே தெய்வ சாந்நித்தியம் தாண்டவமாடுவதைக் காண்போம் என்று கூறிக்கொண்டே எழுந்தாள் திருடனின் மனைவி.

அப்பட் ஹான்ஸூம், அவர் சிஷ்யனும், திருடனின் குழந்தைகளும் குதித்தெழுந்தார்கள். மரக்கதவைத் திறந்து கொண்டு குடிசைக்கு வெளியே சென்றார்கள்.

வெளியே கும்மிருட்டாக இருந்தது. ஒரே குளிராகவும் இருந்தது. கண்ணுக்கெட்டிய வரையில் இருட்டில் ஒன்றும் தெரியவில்லை. ஆனால் இப்போது அப்பட் ஹான்ஸூக்கும், அவர் சிஷ்யனுக்கும் கூடக் கேட்டது. தென்றலில் மிதந்து வரும் மணிகளின் சப்தம் எவ்வளவு இனிமையாக ஒலித்தது அந்த நள்ளிரவில், மனித சஞ்சாரமேயற்ற அந்தக் காட்டில்.

"ஆனால் இந்த மணிச்சப்தம் கேட்டு இக்காடு விழித்துக் கொள்ளுமா? எப்படி விழித்துக் கொள்ளும்? இக்காடு தேவகரனமாக மாறும் என்று சொல்லித் திருடனின் மனைவி என்னை ஏமாற்றத்தான் ஏமாற்றி விட்டாளோ?", என்று ஆவலுடனும், ஆச்சரியத்துடனும், சந்தேகத்துடனும் தன்னையே கேட்டுக் கொண்டார் அப்பட் ஹான்ஸ். நாலாபக்கமும் பனி விழுந்து தரையெல்லாம் மூடியிருந்தது. மேலும் பனி பெய்து கொண்டே இருந்தது. ஒரே இருட்டு வேறு. ஒரு மரத்திலாவது இலை என்று பெயருக்குக் கூட இல்லை. ஒரு இலை, ஒரு பூ, ஒரு காய் இல்லாத கடுங்குளிர் காலம். திடீரென்று வெளிச்சமும், இலையும், பூவும், காயும், அழகும் எங்கிருந்து வரும்? இவ்வளவு நாழிகையாய் அவர் மனசில் ஊசலாடிக் கொண்டிருந்த நம்பிக்கை அறுந்து விழுந்தது.

ஆனால் அதே சமயம் வனத்திலே மங்கலானதோர் வெளிச்சம் தோன்றத் தொடங்கியது. மணிகளின் ஒலியைப் பின்னணியாகக் கொண்டே வனம் பூராவும் பரவுவது போலிருந்தது.

வெளிச்சம் தோன்றித் தோன்றிப் பரவிப் பரவி மறைந்ததை உஷத்காலம் தோன்றுவது போலிருந்தது. அதை என்ன ஒளி என்று சொல்வது என்று அப்பட் ஹான்ஸிற்குத் தெரியவில்லை. தெய்வீகமானதோர் ஒளி என்றுதான் சொல்ல வேண்டும்.

அந்த ஒளி அலை பரவுவதைக் கவனித்துப் பலவிதமான சிந்தனைகளில் லயித்திருந்த அப்பட் ஹான்ஸ் தன் நினைவு

பெற்று குனிந்து பார்த்தபோது தரையிலிருந்த பனியெல்லாம் மறைந்து போய்விட்டது என்று கண்டார். பனி பெய்வதும் நின்று விட்டது. சில்லென்று குளிர்ந்து வீசிய காற்றும் ஓய்ந்து விட்டது. மணம் நிறைந்த தென்றல் இன்பமாக வீசிக் கொண்டிருந்தது. பூமியின்மேல் போர்த்தியிருந்த மாரிக்காலத்துப் போர்வையை ஏதோ ஒரு மாயக்கை, தெய்வீகமாக கை எடுத்து விட்டது போல இருந்தது. அப்பட் ஹான்ஸினுடைய கண் முன்னர் பூமியின்மேல் பச்சைப் போர்வை படர்ந்தது. புல்லும், பூண்டும் அடர்ந்து ஒரு நொடியில் வளர்ந்து தலை தூக்கின. எதிரே தெரிந்த குன்றுகளின் சரிவெல்லாம் திடுமென்று பச்சைப்பசேலென்றாகி விட்டது. வித விதமான பூச்செடிகள் முளைத்துத் தலைதூக்கிப் பூத்துக் குலுங்கின. அந்த வர்ண விஸ்தாரமே அபூர்வமானதாக, அற்புதமானதாக இருந்தது. வேறு என்ன சொல்வது? தெய்வீகமானதோர் வர்ண விசித்திரம் அது.

கீயிங்கே காடு விழித்தெழுந்து விட்டது என்று கண்ட அப்பட் ஹான்ஸுக்கு ஆச்சரியமாக இருந்தது. அவர் வியப்புக்கோர் அளவில்லை. "ஊவிட் மடத்தின் அதிபதி நான். கிழவன். என் வாழ்க்கையில் புதியதோர் அதிசயத்தை இக்கண்கள் கொண்டு காண நான் என்ன அதிர்ஷ்டம் செய்தேனோ?" என்று எண்ணினார் அப்பட் ஹான்ஸ். அவர் கண்கள் நிறைந்தன.

திடீரென்று வெளிச்சம் சற்று மங்கிற்று. மறுபடியும் போல இருட்டிப் போய்விடுமோ என்று பயந்தார் அப்பட் ஹான்ஸ், ஆனால் மங்கிய வெளிச்சம் முன்னிலும் அதிகமாயிற்று. அலைமேல் அலையாக முன்னிலும் அதிகமாக வெளிச்சம் தெரிந்தது. அவ்வெளிச்சத்துக்குப் பிண்ணனியாக ஆறுகளின் சலசலப்பும், அவற்றியும் இசையும் எழுந்தது. எங்கேயோ தூரத்தில் ஒரு நீர்வீழ்ச்சியின் சப்தம் கேட்டது. மொட்டை மரங்கள் துளிர்த்தன. ஒரு வினாடியில் கோடிக்கணக்கான பச்சை வண்ணத்தில் பூச்சிகள் அந்தக் கிளைகளில் குடிபுகுந்தது போல் இருந்தது. காட்டிலே நடுமாரியில் தூங்கிக் கொண்டிருந்த மரங்களும் செடிகளும் மட்டுமே விழித்துக் கொண்டுவிட்டன. விதவிதமான குரல்களைக் கிளப்பின. மரங்கொத்திப் பறவைகள் 'டக்டக்' என்று மரங்களின்மேல் சப்தப்படுத்தின. ஸ்டார்லிங் பறவைகள் கூட்டம் கூட்டமாக பறந்து வந்து மரங்களின்மேல்

அமர்ந்து உற்சாகமாகக் குரல் எடுத்துப் பாடின. இப்படிப் பறவைகள் பறந்து திரிவது என்றுமில்லாத அதிசயமாகப் பட்டது அப்பட்ஹான்ஸிற்கு. விலையுயர்ந்த அற்புதமான நவரத்தினங்கள் இழைத்த அணிகளைக் காற்றிலே வாரி இறைத்தது போலிருந்தது.

மீண்டும் ஒரு விநாடி இருண்டது. ஓர் ஒளி அலை வீசிற்று. மனோகரமான மணத்தைச் சுமந்து கொண்டு வந்தது தென்றல். அதே வினாடி தரையிலிருந்து பலவிதமான செடிகொடிகள் முளைத்துத் தழைத்தன. தன்னூரில் பயிராகக் கூடிய எல்லாச் செடிகளையும் பற்றி அறிந்திருந்த அப்பட் ஹான்ஸ் ஆச்சரியப்பட்டார். அந்த ஊரில் பயிராகாது என்று அவர் எண்ணியிருந்த செடிகளெல்லாம் கூட அன்று அங்கே காணப்பட்டன.

அவர் அப்படி ஸ்தம்பித்து நிற்கையில் அவர் கண்ணெதிரிலேயே மரங்களும், செடிகளும் காய்த்துக் குலுங்கின. நாரைகளும், காட்டு வாத்துக்களும் கிறீச்சிட்டுக் கொண்டு பறந்து வந்தன. சிட்டுகள் மரங்களின் உச்சியிலே கூடு கட்டத் தொடங்கின. அணில்கள் மரங்களின் உச்சியிலே கூடு கட்டத் தொடங்கின. அணில்கள் வாலைத் தூக்கிக்கொண்டு காடெங்கும் ஒலிக்கும்படியாகப் பேசின.

அந்த மாறுதலின் வேகத்தை அப்பட்ஹான்ஸால் கண்காணித்துக் கொள்ள இயலவில்லை. எவ்வளவு விந்தைகள் எவ்வளவு வேகமாக அவர் கண்ணெதிரே நடந்து கொண்டிருந்தன. இதெல்லாம் விந்தைகள், எதன் பின் எந்த விந்தை நடந்தது என்று அறிந்து கொள்ள மாட்டாமல் தவித்தார். அப்பட் ஹான்ஸ். இது விந்தை என்று சிந்தித்துக் கொண்டிருக்கக் கூட அவருக்குப் போதுமான நேரம் இல்லை. அவர் கண்களுக்கும் முழுமையாக வேலையிருந்தது.

அடுத்த ஒளி அலையிலே மிதந்து வந்தது. புதுசாக உழுது பண்படுத்தப்படும் வயல்களின் வாசனை. எங்கேயோ வெகு தொலைவிலிருந்து இடைச்சிகள் தங்கள் பசுக்களிடம் கொஞ்சிக் கொஞ்சிப் பேசிக்கொண்டே பால் கறந்து கொண்டிருக்கும் சப்தம் வந்தது. ஆட்டு மந்தைகளின் மணிகள் ஒலித்தன. மரங்களெல்லாம் சிவப்பும், நீலமும், மஞ் சளும், ஊதாவுமாகப் பூத்துக் கொண்டிருந்தன. பச்சையாகக் காய்த்திருந்த காய்கள் அப்பட்ஹான்ஸுடைய கண் எதிரே

கனிந்து நிறம் மாறிப் பழுத்தன. பூக்கள் தரையெங்கும் விழுந்து பரவி விதவிதமான வர்ணம் காட்டின. ஏதோ மாயமான ரத்ன கம்பளம் விரித்தது போல் இருந்தது.

அப்பட் ஹான்ஸ் குனிந்து காலடியில் பூத்திருந்த ஒரு பூவைப் பறித்தார். அதை அவர் கையில் எடுத்துக்கொண்டு நிமிர்வதற்குள் பூ, காயாகி மாறிப் பழுத்து விட்டது. காட்டில் ஒரு குகையிலிருந்து குள்ளநரி ஒன்று வந்தது தன் குட்டிகளுடன். அந்தக் குட்டிகள்தான் எவ்வளவு அழகாக இருந்தன. நரி நேரே திருடனிடன் மனைவியிடம் வந்து உடம்பை வளைத்து அவள் காலில் தேய்த்துக் கொண்டு நின்றது நாயைப்போல. அதன் குட்டிகள் குழந்தைகளைச் சுற்றி விளையாடின. திருடனின் மனைவி குனிந்து நரியின் காதில் ஏதோ சொன்னாள். நரி அவள் சொன்னதைக் கேட்டு ஆனந்தப்படுவது போல் இருந்தது. திடீரென்று காட்டில் தோன்றிய வெளிச்சம் ஆந்தைகளுக்கும், கூகைகளுக்கும் தான் இடைஞ்சலாக இருந்தது. அவை பயந்து தங்கள் பொந்துகளுக்குள் புகுந்து கொண்டன. சேவல் கூவிற்று. 'குக்கூ' பறவைகள் சிறகடித்து பறந்து கொண்டிருந்தன.

திருடனின் குழந்தைகள் ஆனந்தக் கூச்சலிட்டுக் கொண்டு கைக்கு எட்டிய பழங்களை எல்லாம் பறித்துச் சாப்பிட்டனர். வயிற்றுப்பசி ஆறியவுடன் அவர்கள் குறுக்கும் நெடுக்கும் ஓடிக் கொண்டிருந்த முயல் குட்டிகளுடனும், நரிக்குட்டிகளுடனும் விளையாடத் தொடங்கினார்கள். பறக்கத் தெரியாத சில பறவைக் குஞ்சுகள் கீழே விழுந்து கிடந்தன. அவற்றை எடுத்துப் பறக்க விட்டு வேடிக்கை பார்த்தார்கள். அடுத்தபடியாக ஒரு பெரிய பாம்பையும் அதன் குட்டிகளையும் தோளில் எடுத்துப் போட்டுக் கொண்டு திரிந்தார்கள். பாம்புக்கும், அதன் குட்டிகளுக்கும்கூட அது விளையாட்டாகத்தான் இருந்தது.

திருடன் அன்றிரவு சாப்பிடவில்லை போலும். அவனும் தன் குழந்தைகளைப் போலவே கையில் அகப்பட்டதை எல்லாம் பறித்துத் தின்று கொண்டிருந்தான். ஒரு வழியாகச் சாப்பாட்டை முடித்துக் கொண்டு குனிந்து அவன் பார்த்தபோது அவன் அண்டையில் சாதுவாக ஒரு கரடி வந்து நின்று கொண்டிருந்தது. அதன் முதுகைத் தடவிக்கொடுத்தபடியே ஏதோ சிந்தனையில் ஆழ்ந்தவனாக நின்றிருந்தான். பின்னர்

“இதோ பார், கரடி. இது எனக்குச் சொந்தமான இடம். நீ இங்கு வரக்கூடாது” என்று சொல்லி ஒரு சிறு குச்சியை எடுத்து அதன் முகத்தில் அடித்தான். அவன் சொன்னதை அறிந்து கொண்டதுபோலக் கரடியும் ஒரு தரம் அவனை நிமிர்ந்து பார்த்துவிட்டு உடம்பைக் குலுக்கிக் கொண்டே ஓடிப்போய்விட்டது.

மாரிக் காலத்துக் குளிர் மறைந்து விட்டது. வஸந்தத்தின் உஷ்ணம், மனசுக்கும் உடம்புக்கும் குளுமையான உஷ்ணம் பரவியிருந்தது எங்கும். தெய்வீகமான ஒளி எங்கும் பரவி நின்றது. ஒரு சிறு குட்டையில் நீந்திக் கொண்டிருந்த வாத்துகள் “க்ளக் க்ளக்” என்று குரல் எழுப்பிக் கொண்டிருந்தன. வசந்தத்தின் மகரந்தப்பொடி, மாயப்பொடி காற்றிலே நிறைந்திருந்தது. தாமரைகள் ஆகாயத்திலே மிதந்து வருவது போல பலவித வர்ணமான வண்ணத்துப் பூச்சிகள் அங்கும் இங்கும் பறந்தன. ஓங்கி வளர்ந்திருந்த ஒரு மரத்தின் பொந்திலிருந்து தேனடை நிரம்பி வெளியே வழிந்து சொட்டிக் கொண்டிருந்தது. உலகத்திலுள்ள அழகான மலர்ச் செடிகள் எல்லாம் கிறிஸ்து பிறந்ததன் ஞாபகார்த்தமாய் பூத்து கீயிங்கே வனத்தை தெய்வீகமான அழகு கொண்டதாகச் செய்தன. சில மலர்கள் பொடிப்பொடியாக நவரத்தினங்கள் போல் ஜொலித்தன. சில மலர்கள் பெண்ணின் முகாத விந்தங்கள் போல் அழகுகூடிப் பெரிதாக இருந்தன. ரோஜாக் கொடியொன்று மலையடிவாரத்தில் முளைத்து மலையுச்சி வரையில் ஒரே நொடியில் படர்ந்தது, நெடுகிலும் கண்ணைப் பறிக்கும் வண்ணமலர்கள் பூத்துக் குலுங்கின. இதற்குப் போட்டியாகப் படர்ந்தது கருப்புப் பூவுடைய ஒரு கொடி. அதன் பூக்களைப்போல அப்பட் ஹான்ஸ் எங்கேயும் கண்டதில்லை.

இது தேவவனம்தான் சந்தேகமில்லை. திருடனின் மனைவி அன்று சொன்னது போலவே இது அப்பட் ஹான்ஸினுடைய மடத்துத் தோட்டத்தைவிட அற்புதமானதுதான். அழகானது தான். சந்தேகத்துக்கிடமேயில்லை. இதை நினைக்கும்போது அப்பட் ஹான்ஸுக்கு இன்னொரு ஞாபகம் வந்தது. ஆர்ச் பிஷப் அப்ஸலன் திருடனை மன்னிக்கும் விஷயமாகச் சொல்லியது ஞாபகம் வந்தது. இத்தேவவனத்திலிருந்து ஒரு தேவமலரைக் கொண்டு போய்க் கொடுத்தால் அவர் அந்த திருடனை மன்னித்து மறுபடியும் மனிதர்களிடையே வாழ

அனுமதி தந்து விடுவார். ஆனால் இத்தேவ மலர்களில் எந்த மலரைப் பறித்து வைத்துக் கொள்ளுவது என்று அப்பட் ஹான்ஸிற்குத் தெரியவில்லை. ஒன்றைவிட ஒன்று அழகானதாகவும், அற்புதமாகவும் இருந்ததே. எல்லாவற்றிலும் சிறந்த மலரைக் கொண்டுபோய் அப்ஸலனுக்குக் காட்ட வேண்டுமென்று விரும்பினார் அப்பட் ஹான்ஸ்.

ஒளி அலைகள் ஒன்றன் பின் ஒன்றாகத் தொடர்ந்து மேலும் வந்தன. காடு மட்டுமின்றி வானமும் ஒளியால் நிறைந்து பிரகாசம் பெற்றது. நிமிர்ந்து பார்ப்பது சிரமமான காரியமாக இருந்தது. கோடி சூரியப்பிரகாசம் என்பார்களே அதேல்லாம் கற்பனையில் தான் என்று எண்ணியிருந்த அப்பட் ஹான்ஸிற்கு புதிய ஞானம் பிறந்தது. வசந்தத்தின் காற்று, மணம், ஒளி, ஒலி எல்லாம் அப்பட் ஹான்ஸைச் சூழ்ந்திருந்தன. அப்போது கிறிஸ்து பிறந்ததின் ஞாபகார்த்தமான இதைவிட ஆனந்தமான ஓர் அனுபவம் ஒரு கிறிஸ்தவனின் வாழ்க்கையிலே வேறு ஏற்படாது என்று நம்பினார் அப்பட் ஹான்ஸ். ஆனால் அவருக்குத் தெரியும். அடுத்த அலையுடன் புதிய விந்தைகள், புது அற்புதங்கள், புது ஆனந்தங்கள், புது அழகுகள் தோன்றும் என்று எண்ணியபோது அவர் மெய் சிலிர்த்தது.

இன்னமும் ஒளி அலைகள் ஒன்றன்பின் ஒன்றாக வந்து கொண்டிருந்தன. அவை எங்கிருந்து வந்தன என்று யாரால் சொல்ல முடியும்? தெய்வீகமான ஒளி, தெய்வீகமான காற்று. தெய்வீகமான மணிகள் உற்சாகமாக ஒலித்துக் கொண்டிருந்தன. ஏதோ எட்டாத தொலைவிலிருந்து கணக்கிட முடியாத தூரத்திலிருந்து அந்த மணிச் சப்தத்துக்கும் அப்பாலிருந்து வந்து ஓர் இசை அப்பட் ஹான்ஸின் காதில் விழுந்தது. அந்த ஒலி அவர் உள்ளத்தையே நாட்டியமாடச் செய்தது என்றுதான் சொல்ல வேண்டும். கடவுளின் மகன், மனிதர்களுக் கிடையே அவர்கள் உய்வதற்கென்று திரு அவதாரம் செய்த நாளிலே தெய்வீகமான காரியங்கள் நிகழ்ந்தன என்று அப்பட் ஹான்ஸ் படித்திருந்தார். அந்த தெய்வீகமான காரியங்கள் எல்லாம் மீண்டும், தன் முன் ஒருமுறை நடக்கின்றன என்று உணர்ந்தார். கிறிஸ்து ஜனித்த தினத்தின் ஞாபகார்த்தமாக ஒவ்வொரு வருஷமும் இவ்விதத் தெய்வீகமாக மாறுதல்கள் நேரத்தான் நேருகின்றன என்பது அவர் அறிந்த விஷயம்தான். ஆனால் தன் கண்

முன்னரே, தன் ஏனக் கண்கள் கொண்டு பார்க்கும்படியாக இம்மாயங்கள், தெய்வீகக் காரியங்கள் நிகழுமென்று அவர் எதிர்பார்க்கவில்லை. கற்பனையில் எதிர்பார்த்தாலும் ஏதோ கொஞ்சமே எதிர்பார்த்திருக்க முடியும். நடந்தது அவ்வளவையும் அவரால் எதிர்பார்த்திருக்க முடியாது என்பது நிச்சயமே. கற்பனை எல்லையையும் கடந்ததாக இருந்தது அவர் கண்முன் அன்று நடந்த காரியங்கள். இன்னும் என்னென்ன கண்டு களிக்க வேண்டுமோ அவ்வளவையும் கண்டு விடுவது என்று மனசையும், கண்களையும், செவிகளையும் தீட்டிக் கொண்டு நின்றார் அப்பட் ஹான்ஸ்.

திடீரென்று எல்லா ஒலிகளும் அடங்கி விட்டன. சப்தமில்லா மைக்கே லக்ஷியமாக எடுத்துக் காட்டக் கூடிய ஒரு மௌனம் நிலவியது சில வினாடிகள். பக்ஷிகள் கூடக் கூவுவதை நிறுத்தி விட்டன. நரிக்குட்டிகளும் நிச்சலனமாக இருந்தன. பூக்கள் மலருவதையும் மறந்தன. அதுவரை வினாடிக்கொரு வண்ணமும், பொழுதொரு மேனியுமாக வளர்ந்த செடி கொடிகளெல்லாம் வளர்ச்சியின் பூரணத்தை எட்டி விட்டன போல் நின்றது. ஏதோ ஒன்று என்னவென்று அதை விவரிப்பது? தெய்வீகமான ஒன்று அணுகிக் கொண்டிருப்பதை அப்பட் ஹான்ஸ் உணர்ந்தார். அவர் இதயத் துடிப்பு கூட அந்த விந்தையைக் கவனிப்பதிலேயே நின்று விட்டது போலிருந்தது. அவர் ஆத்மா ஈசனை எட்டித்தொட விரும்பியது போல இருந்தது. வெகு தூரத்திற்கப்பாலிருந்து யாழ் மீட்டப்படுவது போல த்வனி கேட்டது அத்துடன் இசைந்து பலர் பாடுவது போலவும் இருந்தது. அந்த யாழையும், இசையையும் என்னவென்று சொல்லுவது? தெய்வீகமானது என்றுதான் சொல்ல வேண்டும். அந்த யாழும், குரலும் இசைந்து மனசையும், இதயத்தையும், ஆத்மாவையும் உருக்கிற்று உருகிப் பாகாய் ஓடச் செய்தது.

அப்பட் ஹான்ஸ் கையைக் கட்டிக் கொண்டு மண்டியிட்டு தலையைக் குனிந்து வணங்கினார். வணங்கியபடியே இருந்தார். அவர் முகத்திலே ஆனந்த பரவசம் படர்ந்தது. தன் வாழ்நாளில் இது சாத்தியமான காரியமென்று அவர் நம்பியிருந்ததில்லை. ஏதோ புண்ணியம் அதிகம் பண்ணாவிட்டாலும், பாவம் அதிகம் தெரிந்து செய்யாதிருந்தால் மேல் உலகத்தில்,

கடவுளின் ஆனந்த உலகத்திலேயே, ஒரு மூலையில் தனக்கென்று ஓர் இடம் கிடைக்கும், அங்கிருந்தபடியே தேவர்கள் பாடுவதையும், ஆனந்தப்படுவதையும் பார்க்கலாம் என்று அவர் எண்ணியதுண்டு. தேவ லோகத்துக் காட்சிகளை அவர் அன்று அத்திருடனுடைய மனைவியின் உதவியால் கண்டு கொண்டார். தேவர்கள் கிறிஸ்துமஸ் பாட்டுக்களைப் பாடிக் கொண்டு வந்து கொண்டிருந்தார்கள். அவர் உள்ளத்திலே மகிழ்ச்சி வெள்ளம் பொங்கிக் கரைபுரண்டு ஓடிக் கொண்டிருந்தது.

இவ்வளவு நேரமும் அப்பட் ஹான்ஸினுடைய சிஷ்யப்பிள்ளை என்ன செய்து கொண்டிருந்தான்? தன் குருவின் பக்கத்திலே நின்று கொண்டு தான் இருந்தான். ஆனால் அப்பட் ஹான்சின் மனசில் இருந்தது போல அவன் மனசில் திருப்தியோ, மகிழ்ச்சியோ, ஆனந்தமோ தோன்றவில்லை. அவன் மனசும் உள்ளமும் இருண்டு கிடந்தன. அவன் சிந்தனைகளிலே இருண்ட எண்ணங்கள், பயங்கரமான ஞாபகங்கள் ஊசலாடின. அவன் நினைத்தான் இம்மாயங்கள் எல்லாம் உண்மையில் தெய்வீகமானவையாக இருக்க முடியாது என்பது நிச்சயம். மடாதிபதி, ஆர்ச் பிஷப், அப்பட் ஹான்ஸ் இவர்கள் கண்ணிலெல்லாம் படாத அதிசயங்கள், குற்றவாளிகளான இத்திருடனுக்கும், திருடன் குடும்பத்தாருக்கும் வருஷா வருஷம் படுவதால் இதில் ஏதோ ஒரு சூது இருக்கத்தான் வேண்டும். கடவுளின் செயலாக இராது கடவுளுக்கு எதிரியான சைத்தானின் காரியமாகத்தான் இருக்க வேண்டும். அவன் சூது தான் இது. நமது மனசை மயக்கி அந்தகாரத்தில் மூழ்க அடித்து ஏமாற்றுகிற வித்தையே தவிர வேறு அல்ல. இல்லாத தெல்லாவற்றையும் இருப்பது போலக் காட்டி நம்மை ஏமாற்றுகிறான் சைத்தான் என்று எண்ணினான்.

தேவர்கள் யாழ் மீட்டிப் பாடிக் கொண்டு நெருங்கினார்கள். அவர்களைச் சுற்றிலும் எவ்வளவு அற்புதமான ஒளி வீசிக் கொண்டிருக்கிறது? அவர்கள் உருவங்களைக் கண்ணெடுத்துப் பார்க்கவும் அஞ்சி அப்பட் ஹான்ஸ் ஒரு வினாடி பார்ப்பதும், ஒரு வினாடி கண்ணைத் தாழ்த்திக் கொள்வதுமாக இருந்தார். அவருடைய சிஷ்யப்பிள்ளையின் கண்களிலும் அந்தத் தேவர்கள் பட்டார்கள். அவர்களுடைய இன்னிசை அவன் காதிலும் விழுந்தது. ஆனால் இந்த அழகெல்லாம்

தெய்வீகமான அழகென்று அச்சிஷ்யன் நினைக்கவில்லை. சைத்தானின் கைத்திறமை என்றே எண்ணினான். எண்ணிப் பயந்தான். கிறிஸ்து பிறந்த தினத்தன்று இப்படியெல்லாம் சைத்தானுக்கு இடம் கொடுப்பது தவறு என்று எண்ணினான்.

இன்னொரு விசேஷமும் இருந்தது. அப்பட் ஹான்ஸை நெருங்கி அவர் மேல் உட்கார்ந்து உறவாடிய பறவைகள் எல்லாம் அவருடைய சிஷ்யப்பிள்ளையைக் கண்டு மிரண்டு பயந்து ஓடின. மிருகங்களோ அவன் பக்கம் போகவேயில்லை. அவன் பாம்பைக் கண்டு மிரண்டானோ இல்லையோ, பாம்பு அவனைக் கண்டு மிரண்டது. ஒரே ஒரு புறா மட்டும் சற்று அசட்டுத் தைரியத்துடன் சிஷ்யன் பக்கம் பறந்து போய் அவன் தோளில் உட்கார்ந்தது. வேறு ஏதோ யோசனையில் ஆழ்ந்திருந்த சிஷ்யப்பிள்ளை, சைத்தான்தான் தன் தோள்மேல் வந்து உட்கார்ந்து விட்டான் என்று பதறித் துடித்து அலறினான். தன்னையும் மயக்க வந்துவிட்டான் சைத்தான் மற்றவர்களை மயக்கியதுபோல என்று எண்ணினான்.

உடனே அந்தப் புறாவைக் கைகளால் விரட்டினான். உரத்த குரலில் சொன்னான். நரகத்திலிருந்து வந்தவனே! சைத்தானே. ஓடிப்போ! என்று காடு முழுவதும் எதிரொலிக்கும் படியாகக் கூவினான்.

அந்த சமயம் யாழுடன் பாடிக் கொண்டு வந்த தேவர்கள் அப்பட் ஹான்ஸண்டை வந்து விட்டார்கள். அவர்களுடைய இறக்கைகளின் அசைவின் சப்தம் அப்பட் ஹான்ஸினுடைய காதில் தெளிவாக ஒளித்தது. கடவுளைப் பாடி வந்த அந்தத் தேவர்களை ஆனந்தத்துடனும் அன்புடனும் தாழ்மையுடன் வணங்கினார் அப்பட்ஹான்ஸ். அதே சமயம் அவருடைய சிஷ்யனின் சைத்தானே ஓடிப்போ, என்ற குரல் காடு முழுவதும் ஒலிக்கும்படி எழுந்தது. உடனே இசை ஒலி நின்றது. தேவகானம் பாடிக் கொண்டு வந்த தேவர்கள் தயங்கி ஒரு வினாடி நின்று மௌனமாகத் திரும்பிச் செல்லத் தொடங்கினார்கள். அப்பட் ஹான்ஸினுடைய சிஷ்யன் மனசில் இருந்தது போலவே இருட்டும், பயங்கரமும், குழப்பமும் வெளியேயும் ஆட்சி செய்யத் தொடங்கி விட்டன. கடவுளின் அருள் மனிதனை அன்று அவ்வளவு நெருங்கி வந்தது. மனிதனின் மனசிலே ஆட்சி செலுத்திய அவநம்பிக்கையையும்,

தேவமலர் | 33

இருளையும் கண்டு மிரண்டு தேவதூதர்களும் திரும்பி விட்டார்கள். எவ்வளவு அதிசயமாக எல்லாம் நிகழ்ந்ததோ அவ்வளவு அதிசயமாக ஒரே வினாடியில் எல்லாம் மறைந்து விட்டது. குளிரின் முதல் அலை வீசத் தொடங்கியது. இருண்ட இரவின் ஆட்சி கொஞ்சம் கொஞ்சமாக சற்றும் எதிர்ப்பின்றி வலுத்தது. மறுபடியும் பனி விழ ஆரம்பித்து விட்டது. செடிகொடிகள் உயிரிழந்தன. மிருகங்கள் சீறிக் கொண்டே உறுமிக் கொண்டே குகைகளுக்குள் பதுங்கி விட்டன. பறவைகள் வாயோய்ந்து, பாட மனமில்லாது கூடுகளுக்குள் அடங்கிவிட்டன. ஆற்றின் சலசலப்பு நின்று விட்டது. மரங்களிலிருந்து இலைகள் உதிர்ந்தன. மழை பெய்வது போலச் சப்தம் கேட்டது. எல்லாவற்றையும் விட அதிகமாக அந்தக் குளிரும், இருட்டும் அப்பட் ஹான்ஸினுடைய இதயத்தைப் பாதித்தன. பேரானந்தம் நிறைந்திருந்த அவர் உள்ளம் ஒரே வினாடியில் எல்லை காணாத துக்கத்தில் ஆழ்ந்தது.

இந்தத் துக்கத்தைச் சகிக்க என்னால் இயலாது. இதை மீறி என்னால் வாழ முடியாது என்பது நிச்சயம். தேவலோகத்திலிருந்து வந்த தேவர்கள் என்னை அணுகினார்கள். எனக்கு கிறிஸ்துமஸ் பாடல்களைப் பாடிக்காட்டினார்கள். இன்னும் பாடியிருப்பார்கள். எல்லை அற்ற இன்பத்தைக் கண்டிருப்பேன் நான். அவர்கள் துரத்தப்பட்டார்கள். மனிதனின் அவநம்பிக்கை என்னும் சைத்தான் அவர்களைத் துரத்தி விட்டது. என் செய்வேன்? என்று துக்கம் தாளாமல் முனகினார் அப்பட் ஹான்ஸ்.

ஆனால் அந்த நிமிஷத்திலும் அவருக்கு ஞாபகம் இருந்தது. திருடனுக்கு மன்னிப்பு வாங்கித் தருவதாகத் தான் சொல்லியிருந்த விஷயம். ஆர்ச் பிஷப் அப்ஸலனுக்குத் தான் மலர் கொண்டு வந்து வருவதாகச் சொன்ன விஷயம் ஞாபகம் வந்தது. தேவவனத்திலிருந்து ஒரு தேவமலர் கொண்டு போய் ஆர்ச் பிஷப்பிடம் காட்டி விட்டால் அவர் அந்தத் திருடனை மன்னித்து விடுவார். தேவவனம் கண்ணெதிரே மறைந்து அழிந்து கொண்டிருக்கிறது. கடைசி நிமிஷத்தில் அப்பட் ஹான்ஸ் கீழே விழுந்து தன் கையில் அகப்பட்ட புஷ்பத்தை பறிக்க முயன்றார். சற்றுமுன் அங்கு செழித்துக் கிடந்த வனத்திலிருந்து ஒரு மலர் பறித்து விடவேண்டுமென்று அவர் முயன்றார். தரையில் பட்ட அவர் கைகள் சில்லிட்டன.

தரை சற்று முன் இருந்த நிலை மாறி மீண்டும் பனியால் மூடப்பட்டிருந்தது. பனிப்போர்வைக்குள் விரல்களால் துழாவினார் அப்பட் ஹான்ஸ். கையில் ஏதோ கிழங்கு போல ஒன்று அகப்பட்டது. அதை எடுத்துக் கொண்டு நடக்க முயன்றார். எழுந்திருக்க முடியவில்லை. நெடுஞ் சாங்கிடையாகக் கீழே விழுந்தார். விழுந்தபடியே கிடந்தார்.

அவர் அப்படிக் கீழே விழுந்து கிடந்ததை யாரும் கவனிக்க வில்லை. மீண்டும் இருட்டி விட்டது. பனி பெய்தது. மாரிக்காலம் தோன்றிவிட்டது என்று கண்டவுடன் திருடனும், அவன் மனைவியும், குழந்தைகளும், சிஷ்யனும் திருடனுடைய குடிசைக்குத் திரும்பி விட்டார்கள். இருட்டிலேயே தட்டுத்தடுமாறிக் கொண்டு திரும்பினார்கள். குடிசையினுள் எரிந்த சிறு விளக்கு வெளிச்சத்தில் போய் நின்ற பிறகுதான் அப்பட் ஹான்ஸ் தங்களுடன் குடிசைக்குத் திரும்பவில்லை என்று அறிந்தார்கள். கனப்பில் எரிந்து கொண்டிருந்த நாலைந்து கட்டைகளை எடுத்துக் கொண்டு, குடிசைக்கு வெளியே அவர்கள் வந்து அப்பட் ஹான்ஸைத் தேடினார்கள். பனியின் மேல் இறந்து கிடந்தார். அப்பட் ஹான்ஸ். அவருடைய சிஷ்யன் அடித்துக் கொண்டு அழுதான். தன்னால் தான் அப்பட்ஹான்ஸ் உயிரிழக்க நேர்ந்தது என்று சந்தேகமில்லாமல் தெரிந்தது. எல்லையற்ற ஆனந்த சாகரத்தின் கரையிலே நின்றிருந்த அவர் அதிலே இறங்க முடியாமல் செய்து விட்டான். சைத்தானின் சூழ்ச்சி என்று எண்ணி அத்தேவவனத்தையும், அத்தேவ ஆனந்தத்தையும் அழித்து விட்டார். பாபிதான் அவன். கிண்ணத்திலே தேவமது, தேவாம்ருதம் நிரம்பியிருந்தது. அதை அந்த வினாடியில் அவர் கையிலிருந்த கிண்ணத்தைத் தட்டி விட்டான் சிஷ்யன். பாபிதான் அவன், சந்தேகம் என்ன?

அப்பட் ஹான்ஸினுடைய சடலத்தை ஊவிட் மடத்துக்குத் தூக்கிச் சென்றார்கள். உடலைக் கழுவிக் கிடத்த முயலும் போது அவர் வலது கை மூடியிருப்பதை சிஷ்யர்கள் கண்டார்கள். சாகும் சமயத்தில் அவர் கையில் எதையோ பற்றிக் கொண்டிருந்தார் போலும். கையைப் பிரித்துப் பார்த்தபோது கைக்குள் இரண்டு கிழங்குகள் இருப்பது தெரிந்தது. சிறு கிழங்குகள், எந்த மாதிரியான செடியின் கிழங்குகள் அவை என்பது யாருக்கும் தெரியவில்லை.

தேவமலர் | 35

கீயிங்கே காட்டுக்குள் அப்பட் ஹான்ஸுடன் போய் வந்த சிஷ்யன் அந்தக் கிழங்குகளைக் கொண்டு போய் அவருடைய தோட்டத்தில் ஊன்றி வைத்தான். அவை எப்படி முளைக்கின்றன, முளைத்துத் தழைக்கின்றன, பூக்கின்றன என்று பார்க்க வேண்டும் என்று தன் கையாலேயே தண்ணீர் விட்டு தினம் தினம் கவனித்து வந்தான். பூக்குமா, பூக்காதா என்று கூடத் தெரியவில்லை. அது வளமாகக் கூட வளரவில்லை. வசந்தம் வந்து போயிற்று. கோடை வந்து போயிற்று. அடுத்த மாரிக்காலமும் வந்தது. அப்பட் ஹான்ஸினுடைய தோட்டத்திலிருந்த செடி கொடிகளெல்லாம் அழிந்து விட்டன. அழுகி விட்டன. சிஷ்யன் கூட இப்பொழுதெல்லாம் தோட்டத்திற்குள் போவதில்லை. என்ன இருக்கப் போகிறது என்ற சிந்தனை போலும்.

சரியாக ஒரு வருஷம் கழிந்து விட்டது. மறுநாள் விடிந்தால் கிறிஸ்துமஸ். அப்பட் ஹான்ஸுடன் தான் கீயிங்கே வனத்துக்கு போய் வந்தது பற்றி அன்று சிஷ்யனுக்கு ஞாபகம் வந்தது. புனிதமான தன் குருவைப் பற்றிய ஞாபகங்களைத் தனிமையில் அவருடைய தோட்டத்தில் அனுபவிக்க வேண்டுமென்ற எண்ணத்துடன் அவன் தோட்டத்திற்குள் சென்றான். அங்கு ஓர் அபூர்வமான விஷயம் அவன் கவனத்தைக் கவர்ந்தது. அப்பட் ஹான்ஸ் கையில் இருந்த கிழங்குகளை நட்டிருந்த இடத்தில் ஏதோ ஒரு செடி முளைத்திருந்ததைக் கண்டான். பச்சைப்பசேலென்ற இலைகளுடன் அது வளர்ந்திருந்தது. வியப்பான விஷயம்தான். தேவவனத்திலிருந்து வந்த அந்த கிழங்கு கிறிஸ்து பிறந்த நாளைக் கொண்டாடுவதற்காக இப்பொழுது முளைத்து இலைகள் விட்டிருக்கிறது. அற்புதமாகப் பூத்தாலும் பூக்கும் என்று எண்ணும் போது சிஷ்யனின் மெய்சிலிர்த்தது. அதே வினாடி அந்தச் செடியிலே அழகான புஷ்பங்கள், வெள்ளியும் தங்கமுமாக மலர்ந்து கண்ணை மயக்கின.

ஓட்டமும், நடையுமாகப் போய் மடத்திலிருந்த மதகுருமாரையும், சிஷ்யர்களையும் கூப்பிட்டுக் கொண்டு வந்தான். அக்காலத்தில் முளைத்துத் தழைத்து மலர்ந்திருந்த அந்தச் செடியைப் பார்த்து எல்லோரும் ஆச்சரியத்தில் அழுந்தினார்கள். உலகத்திலே வேறு எங்கும் இல்லாத அதிசயம் அது. தேவவனத்திலிருந்து அப்பட் ஹான்ஸ் தன்

உயிரையும் கொடுத்துக் கொண்டு வந்திருந்த அந்த தேவ மலர்ச்செடியை வணங்க வேண்டும் என்று அவர்களுக்குத் தோன்றிற்று. அந்தச் செடியில் பூத்திருந்த சில மலர்களைப் பறித்துக் கொண்டு போய் ஆர்ச் பிஷப் அப்ஸலனிடம் கொடுக்க வேண்டும் என்று அப்பட் ஹான்ஸினுடைய சிஷ்யனுக்குத் தோன்றிற்று. ஆர்ச் பிஷப்புக்கும், அப்பட் ஹான்ஸுக்கும் இடையே நடந்த பேச்சுவார்த்தைகள் அவனுக்குத் தெரியும். ஆகவே நேரே ஆர்ச் பிஷப்பண்டை போய் அந்த மலர்களைக் கொடுத்துவிட்டு அவன் சொன்னான்.

"அப்பட் ஹான்ஸ் இந்த மலர்களை உங்களிடம் அனுப்பி இருக்கிறார். போன கிறிஸ்துமஸ் அன்று கீயிங்கே வனத்தில் அப்பட் ஹான்ஸ் பறித்துத் தங்களிடம் கொடுக்க வேண்டுமென்று எண்ணியவை இவைதான்.

நடு மாரியில், புல் பூண்டெல்லாம் செத்து அழுகிக் கிடக்கையில், மலர்ந்த அத்தேவ மலர்களை ஆச்சரியத்துடன் பார்த்தார் ஆர்ச் பிஷப்பு அப்ஸலன். அப்பட் ஹான்ஸினுடைய சிஷ்யன் சொன்ன வார்த்தைகளையும் கவனித்தார். ஏதோ ஒரு விந்தையைக் கண்டவர் போலப் பிரமித்து நின்றார். நீண்ட நேரம் மௌனமாக இருந்தார். பின்னர் சொன்னார்.

"தான் கொடுத்த வாக்கை அப்பட் ஹான்ஸ் நிறைவேற்றி விட்டார். நானும் என் வாக்கைக் காப்பாற்றி விடுகிறேன்", என்றார் ஆர்ச் பிஷப். உடனே தன் குமாஸ்தாவைக் கூப்பிட்டு மன்னிப்புக் கடிதம் எழுதும்படி உத்தரவிட்டார். திருடன் மீண்டும் மனிதர்களிடையே மனிதனாக நடமாடலாம். அவன் செய்திருந்த குற்றங்களெல்லாம் மன்னித்தாகி விட்டது என்று விளம்பரம் செய்யச் சொன்னார். மன்னிப்புக் கடிதத்தை மலர்களைக் கொண்டு வந்த சிஷ்யனிடம் கொடுத்து அனுப்பினார்.

காலந்தாழ்த்தாமல் அன்றிரவே சிஷ்யன் புறப்பட்டுத் திருடனைத் தேடிக் கொண்டு கீயிங்கே காட்டுக்குப் போனான். கிறிஸ்துமஸ் தினத்தன்று அதிகாலையில் திருடனுடைய குடிசையை அடைந்தான். அவனைப் பார்த்தவுடன் திருடன் கோபமாகக் கையில் ஒரு கோடாலியைத் தூக்கிக் கொண்டு வந்தான்.

தேவமலர் | 37

“உன்னையும், மடத்தைச் சேர்ந்த உன்னைப் போன்றவர்களையும் வெட்டிக் கண்டதுண்டமாக்க வேண்டும் என்று எனக்குத் தோன்றுகிறது. நீங்களும் கிறிஸ்தவர்களா?“ மேலும் சொன்னான், “உன்னால்தான் நேற்று இரவு இவ்வனத்தில் வழக்கம்போல் கிறிஸ்துமஸ் மலர்கள் மலரவில்லை.

“என்னால் தான் என்று ஒப்புக்கொள்கிறேன். நான் செய்த தவறுதான் அது. நான் செய்த தவறுக்காக நான் என் உயிரைக் கொடுக்கவும் தயாராகவே இருக்கிறேன். ஆனால் நான் சாவதற்கு முன் ஒரு காரியம் உங்களிடம் சொல்ல வேண்டும். அப்பட் ஹான்ஸிடமிருந்து வந்திருக்கிறேன்“ இப்படிச் சொல்லிக் கொண்டே அவன் ஆர்ச் பிஷப்பினுடைய மன்னிப்புக் கடிதத்தை திருடன் கையில் கொடுத்தான். இனிமேல் திருடன் யாருக்கும் பயந்து காட்டில் ஒளிந்து கொள்ள வேண்டியதில்லை என்று தெரிவித்தான். இனிமேல் நீயும், உன் மனைவியும், உன் குழந்தைகளும் காட்டிலே தனியாகக் கிடந்து அவஸ்தைப்பட வேண்டியதில்லை. மற்றவர்களைப் போல நீயும் கிறிஸ்துமஸ் பண்டிகையைக் கொண்டாடலாம். கோயிலுக்குப் போகலாம். மனிதனாகி விட்டாய் நீ - அப்பட் ஹான்ஸின் முயற்சியால் மீண்டும். சாகும்போதுகூட அவர் உன்னை மறக்கவில்லை.

திருடனுக்கு நம்பிக்கை வரவில்லை. வெகுநேரம் ஸ்தம்பித்துப் போய் அப்படியே நின்றான். முகம் முதலில் வெளிரிட்டது. பின்னர் இரத்தமேறிச் சிவந்தது. என்ன சொல்வதென்று தெரியாமல் விழித்தான். திருடனுக்கு அவன் மனைவிதான் கடைசியில் பதில் அளித்தாள்.

“அப்பட் ஹான்ஸ் தன்னுடைய வார்த்தையைக் காப்பாற்றி விட்டார். என் கணவனும் தன் வார்த்தையைக் காப்பாற்றுவான். அவன் இனித் திருடமாட்டான். மனிதர்களிடையே யோக்கியனாக வாழுவான் என்றாள்.

திருடனும், திருடனுடைய மனைவியும், குழந்தைகளும் அக்கணமே குடிசையை விட்டு நகருக்குப் புறப்பட்டனர். அவர்கள் போன பின் அப்பட் ஹான்ஸினுடைய சிஷ்யன் அங்கே நடுக்காட்டில் குகையில் குடியேறினான். தான் செய்த பாபத்துக்கெல்லாம் பிராயச்சித்தம் செய்ய விரும்பினான் அவன். தன் காலத்தை சிந்தனையிலும், பிரார்த்தனையிலும் கழித்தான். தவம் செய்தான்.

ஆனால் கீயிங்கே காட்டிலே அதற்கப்புறம் எந்தக் கிறிஸ்துமஸிலும் எவ்விதமான மாறுதலும் நேருவதில்லை. அதற்குப் பிறகு தேவவனம் யார் கண்ணிலும் பட்டதில்லை. அத்தேவவனத்தின் ஞாபகர்த்தமாக இப்போது இருப்பதெல்லாம் ஊவிட் மடத்திலே அப்பட் ஹான்ஸினுடைய தோட்டத்திலே உள்ள அந்த ஒரு செடிதான். அந்தச் செடிக்கு கிறிஸ்துமஸ் ரோஜாச்செடி என்றும், அதில் பூக்கும் பூக்களை தேவமலர்கள் என்றும் ஜனங்கள் கொண்டாடுகிறார்கள். ஒவ்வொரு வருஷமும், அச்செடி கிறிஸ்துமஸ் தினத்துக்கு முந்திய இரவு பூக்கிறது. நடுமாரிக்காலத்திலே உலகத்தில் மற்றெல்லாச் செடிகளும் இலைகள்கூட இல்லாமல் அழிந்துபோய் நிற்கும் சமயத்திலே அது பசேலென்று இலை தளிர்த்து வெளேரென்று பூக்கிறது. உண்மையிலே அது தேவமலர் தான்.

∴

2

உயிராசை

ஜாக் லண்டன்

தமிழில்: புதுமைப்பித்தன்

அவர்கள் இருவரும் நொண்டி, நொண்டி ஆற்றங்கரை வழியாகத் தள்ளாடி நடந்தார்கள். கத்தி போல ஊசியாக, தெத்துக்குத்தாகக் கிடந்த பருக்கைக் கற்கள் காலை வெட்டின. அவர்களிருவரும் சோர்ந்து விட்டார்கள்; உடம்பு வலுவிழந்துவிட்டது. நெடிய துன்பம் முகத்திலே, விதியற்ற பொறுமையைக் காட்டியது. அவர்களது முதுகில் தோளோடு சேர்த்து இறுகக் கட்டிய கம்பளி மூட்டை அமுக்கியது. முதுகுச் சுமைக்கு அண்டை கொடுத்து; நெற்றியைச் சுற்றி மண்டைக்கட்டு; ஒவ்வொருவனும் கையில் துப்பாக்கியை ஊன்றி நடந்தான். தலையும் தோளும் முன்னே சாய, கண்களைத் தரையில் ஊன்றியபடி நடந்தனர்.

“அந்தக் குடிசையிலிருக்கும் இரண்டு தோட்டாக்களும் நம் கையிலிருந்தால் தேவலை” என்றான் பின்னால் வந்தவன்.

குரலிலே நயப்பு அற்றிருந்தது. உற்சாகமற்றுப் பேசினான்.

பாறைகளின் மீது நுரைத்துக் கொண்டு ஓடும் ஆற்றுப் படுகையில் நொண்டிச் சென்றவன் பதிலே சொல்லவில்லை.

பின்னவன் அவனது சுவட்டைத் தொடர்ந்து வந்தான். இருவரும் காலில் போட்டிருந்த ஜோடுகளைக் கழற்றவில்லை. தண்ணீர் உறைபனி மாதிரி காலை வெட்டியது. அதனால் அவர்களது கணுக்கால் வலித்தது; பாதம் மரத்துப் போயிற்று. சில சமயம் தண்ணீர் முழங்கால் வரை நனைத்தது. எதிர்பாராத ஆழம் அவர்களைத் தள்ளாட வைத்தது. பாறை வழுக்க பின்னால் வந்தவன் விழுந்து விட்டான். ஆனால் திக்குமுக்காடித் தடுமாறி காலை ஊன்றிக் கொண்டான். அதே சமயத்தில் வலி பொறுக்க மாட்டாமல் கத்தினான். தலை கிறங்கியது. விழாமல் நிற்பதற்குப் பற்றுக்கோடு தேடுவதுபோல காற்றில்

துழாவினான். கடைசியாக ஊன்றி நின்று, பிறகு மேலே கால் எட்டிவைக்க, தள்ளாடி முன்னால் விழப்போனான். பிறகு நிலையாக நின்று மற்றவனை நோக்கினான். அவன் தலையைத் திரும்பிக்கூடப் பார்க்கவில்லை.

தனக்குள் ஆலோசிப்பதுபோல ஒரு நிமிஷம் நின்றான். பிறகு வாய்விட்டு முன்னவனுக்குக் குரல் கொடுத்து, "ஏடோய், என் கணுக்கால் மொழி புரண்டுவிட்டது" என்றான்.

முன்னவன் நுரைத்துக்கொண்டு பாயும் ஆற்றில் தள்ளாடித் தள்ளாடி நடந்தான். பின்புறம் திரும்பிப் பார்க்கவே இல்லை. பின்னவன் கண்கள் அவனையே தொடர்ந்தன. கண்ணிலே களையில்லை; அம்பு பட்ட மானின் வேதனை அவன் கண்களில் தேங்கியது.

முன்னவன் எதிர்க்கரைக்கு தள்ளாடித் தள்ளாடி நேராக நடந்தான். திரும்பிப் பார்க்கவே இல்லை. பின்னவன் உதடு சற்று நடுநடுங்கியது. அதனால் அவன் முகத்தை மறைத்த மயிர் அசைந்து குலுங்கியது. நாக்கு கூட சற்று எட்டிப் பார்த்து உதட்டைத் துழாவி நனைத்தது.

முன்னவனைப் பெயர் சொல்லிக் கூப்பிட்டான். உடல் வலுமிக்கவன் நொடிந்து இற்றுப்போய் கூவி அழைக்கும் ஓலம் அது. முன்னவன் போவதைப் பார்த்துக் கொண்டே இருந்தான். முன் நோக்கி குனிந்துகொண்டு தள்ளாடி சரிவின் மேலேறி தூரத்தில் வானத்தைக் கோடிட்டுக் காட்டும் மலைச் சரிவை நோக்கினான். தூரத்து மேட்டில் தாண்டி அந்தப்புறமாக இறங்கி மறைந்துவிட்டான் - முன்னவன் போயே போய்விட்டான். இனி என்ன? தன்னையும் தனிமையையும் சூழ்ந்த உலகைச் சுற்றி நோக்கினான். தூரத்திலே சூரியன் மங்கலாகத் தெரிந்தது. மஞ்சும் பனியும் அதை மறைத்துத் திரையிட்டு, அது இருந்த இடத்தை வெள்ளை வெளிச்சத்தால் காட்டியது. ஒற்றைக் காலில் பலத்தை ஊன்றி நின்றுகொண்டு கடிகாரத்தை எடுத்துப் பார்த்தான். மணி நாலு. மாசம் ஜூலையோ, ஆகஸ்டோ என அவனுக்கு நிச்சயமாகத் தெரியவில்லை. தேதி விட்டுப் போய்விட்டது. சூரியன் உத்தேசமாக வடமேற்கைத்தான் காட்டுகிறது என்பது அவனுக்குத் தெரியும். அவன் தென்திசை நோக்கினான். தென்படும் குளிர் மலைகளைத் தாண்டி எங்கோ தூரத்தில் கிரேட் பேர் ஏரி இருக்கிறது என்பது

தேவமலர் | 41

அவனுக்குத் தெரியும். அந்தத் திசையில்தான் ஆர்க்டிக் வட்டம் கனடா பனிப் பாலைவனத்தை ஊடுருவுகிறது என்பது அவனுக்குத் தெரியும். இவன் நிற்கும் சிற்றாறு தாமிரச் சுரங்க நதிக்கு ஒரு உபநதி. தாமிரச் சுரங்க நதி வடதிசை நோக்கி ஓடி காரனேஷன் வளைகுடாவில் சங்கமமாகிறது. அவன் அங்கு சென்றதில்லை. ஆனால் ஹட்ஸன் பே கம்பெனியின் பூமிப் படத்தில் அதைப் பார்த்ததுண்டு.

மறுபடியும் தன்னைச் சூழ நோக்கினான். நெஞ்சில் நம்பிக்கை வளர்க்கும் காட்சியல்ல அது. சுற்றிலும் அஷ்ட திசையிலும் வானவளையம் அவனைச் சிறையிட்டது. மலைகள் உயரமற்றவை. மரமோ, செடியோ, புல்லோ எதுவும் கிடையாது. எங்கு பார்த்தாலும் அத்துவானமாகக் கிடந்தது. பயம் கண்ணுக்குள் உதயமாயிற்று.

முன்னவனைப் பெயரிட்டழைத்து மெல்லிய குரலில் இரண்டொரு தடவை கூப்பிட்டான்.

சுக்காம் பாறைத் தண்ணீரில் வெடவெட என்று நடுங்கினான். எல்லையற்ற பெரு வெளியும் தனிமையும் அவனை மூச்சுத் திணற அமுக்குவது போலிருந்தது. நிர்த்தாட்சண்யமாக மனசில் சற்றும் கசிவு இல்லாமல் அவை அப்படியே அமுக்கிக் கொன்றுவிடும் போன்றிருந்தது. காக்கை வலிப்புப்போல அவனது கைகள் வெடவெடவென்று நடுங்கின. பிடித்திருந்த துப்பாக்கி தண்ணீருக்குள் ‘சளப்’பென்ற சப்தத்துடன் விழுந்தது. இந்தச் சத்தம் மீண்டும் அவனுக்கு சுதாரிப்பு கொடுத்தது. பயத்தோடு போராடினான். நீரில் துழாவி, துப்பாக்கியை எடுத்துக் கொண்டான். முதுகுச் சுமையைச் சற்று மேலே இழுத்துக் கொண்டான்; புரண்டு போன கணுக்காலில் பளுவைக் குறைக்க முயன்றான். மெதுவாக, ஜாக்கிரதையாக, வலி ரம்பம் போட்டு அறுக்க கரைக்கு வந்தான்.

அங்கு அவன் நிற்கவில்லை. வலியையும் மதியாது வெறி பிடித்த வேகத்துடன் தன் சகா மறைந்து போன மேட்டின் மேல் ஏறினான். முன்னவனைவிட நெளிந்து நெளிந்து தள்ளாடி நடக்கவேண்டியிருந்தது. மேட்டில் நின்று பார்த்தான். எதிரே பள்ளத்தாக்கு; உயிர்ச் சலனமற்ற பள்ளத்தாக்கு. பள்ளத்திலே தண்ணீர் தேங்கிக் கிடந்தது.

அதனடியில் பஞ்சு போல பாசி படிந்து கிடந்தது. அவன் காலை ஊன்றி நடக்கும் போது, 'ஈச்' 'ஈச்' என்று உறிஞ்சி காலைக் கவ்வியது. பாசிப் படர்மேல் முன்னவன் காலடித் தடத்தைத் தொடர்ந்தான். பாசிக்கிடையே பாறைக் குவியல்கள் தீவுக்கூட்டங்கள் போலத் தலைதூக்கி நின்றன.

அவன் தனித்துப் போனான் என்றாலும் திசை தப்பிவிடவில்லை. இப்படியே நடந்து சென்றால் குறுகிக் குட்டையாக வளர்ந்துள்ள ஸ்புரூஸ், பர் மரங்கள் நிறைந்த பிராந்தியத்துக்குப் போகலாம் என்பது அவனுக்குத் தெரியும். அங்கே ஒரு ஏரி உண்டு; ஏரிக்கு ஒரு சுற்றாறு உண்டு. அங்கே தண்ணீர், பால்போல சுக்காம் பாறைத் தண்ணீராக இராது. ஆற்றுப்படுகையிலே கோரை வளர்ந்திருக்கும். அது அவனுக்கு நினைவிருந்தது. அங்கே உத்தரத்துக்கேற்ற பெரிய மரமில்லை. அந்த நதியை ஒட்டியே சென்றால் அதுவும் குறுகிக் குறுகி, நீர்க்கோலமாகச் சிறுத்துவிடும். அங்கே அதைக் கடந்து மற்றொரு சிற்றாறு. அது மேற்கு நோக்கி ஓடுகிறது. அது கடைசியில் டியூஸ் நதியில் கலக்கிறது. அங்கே, கவிழ்த்துப்போட்ட படகு குடிசையாக இருக்கிறது. அதிலே தோட்டா இருக்கிறது. மீன் பிடிக்கத் தூண்டில் உண்டு. சின்ன வலை உண்டு; உணவைப் பிடித்துத் தின்ன வகையுண்டு. அதுமட்டுமா; மாவு இருக்கிறது. பன்றிக்கறி இருக்கிறது. பயறு வகையும் கொஞ்சம் உண்டு.

முன்னே நடந்து விட்டவனும் அங்கே அவனுடைய வருகைக்காகக் காத்திருப்பான்; பிறகு இரண்டு பேருமாக டியூஸ் நதியில் படகேறித் தண்டு வலித்து கிரேட்பேர் ஏரிக்குச் சென்று, அங்கிருந்து ஏரியில் குறுக்கே தெற்கு நோக்கி மக்கன்ஸி வரை செல்ல முடியும். வட திசையிலிருந்து விரட்டி வரும் உறைபனிக்காலத்தை முந்திக்கொள்ள இவர்கள் மேலும் மேலும் தென் திசை நோக்கி ஓடினாலும், ஜலத்தில் உறைபனிக் கட்டிகள் மிதந்து சுழித்து ஓடத்தான் செய்யும். இப்படியாக இவர்கள் தெற்கு நோக்கி படகில் சென்றுகொண்டே இருந்தால் வானளாவிய விருட்சங்கள் அடர்ந்த பகுதியில் ஹட்ஸன் பே கம்பெனிக் கிடங்கு ஏதாவது ஒன்றுக்குச் செல்லுவது நிச்சயம். அங்கே போனால் சாப்பாட்டுக்குக் கவலை இல்லை.

பின்னவன் முக்கி முனகி நடந்து கொண்டிருக்கும் போது அவன் மனதில் ஊசலாடிய எண்ணங்கள் இவைதான். முன்னேறி நடக்க தன்னை அவன் நிர்ப்பந்தப்படுத்தி ஈடுபடுத்தினான். அதே மாதிரி, முன்னே சென்றவன் தன்னை இடைவழியில் விட்டுவிட்டு ஓடிப் போய்விடவில்லை என்றும், குடிசையில் தனக்காகக் காத்திருப்பான் எனவும் நம்பும்படி மனசைப் பலவந்தப்படுத்தினான். இம்மாதிரி நினைக்கும் நிர்ப்பந்தம் அவனுக்கு ஏற்பட்டது. இல்லாவிட்டால் நடப்பதற்கு முயற்சி செய்வதில் பலனே கிடையாது. வழியிலே கிடந்து செத்து மடிந்திருக்க வேண்டியது தான். மங்கி மங்கித் தெரியும் சூரிய வட்டமும் வடமேற்கில் மூழ்கி மறைந்தது. இதற்கு முன் இதே மாதிரி பலதடவை தொடர்ந்து எட்டிப்பிடிக்க ஓடிவரும் பருவத்தைத் தப்பி ஓடுவதற்கு தன் சகாவுடன் ஓடியதை எல்லாம் ஒவ்வொரு அடிவைக்கும் போதும் நினைத்தான். மறுபடியும் குடிசையில் இருக்கிற உணவு, ஹட்ஸன் பே கம்பெனி கிடங்கில் உள்ள உணவு அத்தனையையும் நினைத்தான். அவன் இரண்டு நாட்களாகச் சாப்பிடவில்லை. வெகுநாளாகவே எதுவும் சாப்பிடவே வேண்டியிருக்கவில்லை. வழியிலே காய்ந்துக் கிடந்த காட்டுக் காய்களைப் பறித்து வாயில் போட்டான். காட்டுக்காயில் பொட்டுத் தண்ணீரும், கசக்கும் வித்தும்தான் உண்டு. கடித்துச் சுவைத்தான். இந்தக் காயைத் தின்றால் பசி ஆறாது என்பது தெரியும். ஆனால் அனுபவத்தையும் அறிவையும் மீறியதொரு நம்பிக்கை அவனைத் தின்ன வைத்தது.

இரவு ஒன்பது மணி இருக்கும். குத்துக்கல்லில் கட்டை விரல் மோத, சோர்வும் பலவீனமும் அவனை மேற்கொண்டது. அவன் விழுந்தான். இப்படியும் அப்படியும் அசையாமல் கிடந்தான். முதுகுச் சுமைக் கயிற்றைத் தளர்த்தித் தழுவவிட்டு உட்கார்ந்தான். வடதிசைப் பிராந்தியமாகையால் இன்னும் நன்றாக இருட்டவில்லை. பாறையில் தடவித் தடவி காய்ந்துலர்ந்த பாசியைச் சேகரித்தான். அதைக் குவித்து வைத்து நெருப்பு மூட்டினான். நெருப்பு நின்று எரியவில்லை, புகைந்து குமைந்தது. தகரப் போணியில் தண்ணீர் சுட வைத்தான்.

மூட்டையை அவிழ்த்தவுடன் முதல் வேலையாகக் கையிலிருந்த தீக்குச்சிகளை எண்ணினான். மொத்தம்

அறுபத்தி ஏழு தீக்குச்சிகள் இருந்தன. நிச்சயப்படுத்திக் கொள்ள மூன்று தடவை திருப்பித் திருப்பி எண்ணினான். அவற்றைச் சில கூறுகளாகப் பிரித்து, ஒவ்வொன்றையும், ஈரம் கசியாத வெண்ணைக் கடுதாசியில் சுருட்டி ஒன்றை சுங்கான் புகையிலைப் பையிலும், மற்றொன்றை தொப்பியின் சுற்றுப்பட்டியிலும் இன்னொன்றை உள் சட்டைக்குள் மாரிலும் சொருகிக் கொண்டான். திடீரென்று பயம் உந்தித் தள்ள மறுபடியும் எல்லாவற்றையும் எடுத்து நன்றாக எண்ணிப் பார்த்தான். அறுபத்தியேழுதான் அப்போதும் இருந்தது.

ஜோடுகளை நெருப்பருகில் வைத்துக் காய வைத்தான். காலைச் சுற்றுவதற்கிருந்த மொக்காஸின் தோல் தொப்பலாக நனைந்து திரிதிரியாகக் கிழிந்து போயிருந்தது. கம்பளி மேஜோடு ஓட்டை விழுந்துவிட்டது. பாதம் புண்ணாகி ரத்தம் கசிந்தது. கணுக்காலில் வலி தெறித்தது. சற்றுத் தடவிப் பார்த்தான். முழங்கால் பருமனுக்கு வீங்கிவிட்டது. கம்பளிப் போர்வையில் ஒரு துண்டை எடுத்துக் கிழித்து கணுவை இறுக வரிந்து கட்டினான். பாதத்தைக் குளிரிலிருந்து பாதுகாக்க இன்னும் இரண்டு துண்டுகளைக் கிழித்து பாதங்களையும் கட்டிக் கொண்டான். பிறகு வென்னீரைக் குடித்தான். போர்வைக்கடியில் சுருண்டான். பிரேதம் மாதிரி தூங்கிக் கிடந்தான். சூரியன் வடகிழக்கில் உதயமாயிற்று. மேகம் சூரியனை மறைத்தது.

காலை ஆறு மணிக்கு விழித்தான். மல்லாந்தபடி படுத்துக் கிடந்தான். சாம்பல் பூத்த வானத்தைப் பார்த்தே கிடந்தான். வயிறு பசிக்கிறது என்பது தெரியும். ஒருக்களித்துச் சரிந்து படுக்கும்போது, ஒரு முக்காரச் சத்தம் கேட்டது. ஒரு காட்டுமான் இவனையே பார்த்துக்கொண்டு நின்றது. மிருகம் ஐம்பது அடி தூரத்தில்தான் நின்றது. மனிதனுக்கு உடனே காட்டு மான் கறி நெருப்பில் தளதளவென்று பொறிவதுதான் மனக்கண்ணில் தெரிந்தது. பக்கத்திலிருந்த துப்பாக்கியை எடுத்து, தெய்வத்தைக் கும்பிட்டு, குதிரையை இழுத்தான். மிருகம் துப்பாக்கியைக் கண்டதும் குதிபோட்டுக் கொண்டு ஓடிப்போயிற்று.

வாயிலே வந்தபடி திட்டிக்கொண்டு துப்பாக்கியை எறிந்தான். எழுந்து நிற்பதற்கு வலி பொறுக்க மாட்டாமல் அலறினான். நடப்பது பகீரத பிரயத்தனமாகி விட்டது.

தேவமலர் | 45

கால்களை இழுத்து இழுத்துப்போட்டு மெதுவாக நடந்தான். துருப்பிடித்துப் போனதுமாதிரி கால்கள் மடங்க மறுத்தன. மனசை இழுத்துப் பிடித்து பலவந்தமாக வலியைப் பொருட்படுத்தாமல் காலை மடக்கி நீட்ட வேண்டி இருந்தது. கடைசியாக எழுந்து நின்றான். இம்முயற்சியில் இவனது தெம்பு முழுவதும் இற்று விட்டது.

சற்று மேடான இடத்தில் சென்று சுற்றுமுற்றும் பார்த்தான். நாலா திசையிலும் மரமோ குத்துச் செடியோ பெயர் சொல்லக்கூடக் கிடையாது. பாசியும் பாறையும், குட்டையும் சிற்றோடையும்தானே தென்பட்டது. வானம் சாம்பல் பூத்திருந்தது. தரையும் தண்ணீரும் சாம்பல் பூத்துக் கிடந்தது. வானத்தில் சூரியனோ, சூரியன் இருப்பதாக அறிகுறியோ தென்படவில்லை. வடக்கு எங்கிருக்கிறது என்பது தெரியவில்லை. நேற்றிரவு இந்த இடத்துக்கு வந்த தடம் மறந்து போயிற்று. ஆனால் வழிதப்பி விடவில்லை. அவனுக்கு அது தெரியும். நிச்சயமாக, சீக்கிரத்தில் குத்துச் செடிகள் செழித்து வளரும் பிரதேசத்துக்குப் போவான். அது இடது பக்கமாக, எங்கோ, வெகு அருகிலேயே, ஒரு வேளை அதோ தெரியும் அந்த மலையைத் தாண்டியதும் இருப்பதாக அவன் நினைத்தான். திரும்பிப் போய் மூட்டையைக் கட்டினான். மூன்று பொட்டலங்கலாக மடித்து வைத்த தீக்குச்சிகள் வைத்த இடத்திலேயே இருக்கிறதா என்று நிச்சயப்படுத்திக்கொண்டான். ஆனால், அவன் அதை மறுபடியும் எண்ண உட்காரவில்லை. ஆனால் சற்றுத் தயங்கினான். எதிரில் ஒரு மூட்டை, தோற்பை மூட்டையைப் பார்த்துத் தயங்கினான். அதை வெடுக்கென்று எடுத்தான். வெறிச்சோடிக் கிடந்த பனி வனாந்தரம் அதையும் அவனிடமிருந்து பிடுங்கிக்கொள்ள முயன்றது போலப் பட்டது. அதன் எடை பதினைந்து பவுண்டுகள். மறுபடியும் அவன் பகலுக்குள் தள்ளாடி நுழையும்போது, அதுவும் அவன் மூட்டைக்குள் நுழைந்தது.

இடது பக்கமாக நடந்தான். காட்டுக் காய்களைப் பறித்துத் தின்னுவதற்காக மட்டும் இடையிடையே நின்றான். கணுக்கால் மடங்க மறுத்தது. நொண்டுதல் ஜாஸ்தியாயிற்று. ஆனால் வயிற்றில் உண்டான வலியைவிட இந்த வலி பெரிதாகத் தென்படவில்லை. பசி குடலைப் பின்னி முறுக்கியது; பிய்த்துப் பிய்த்துத் தின்றது. குத்துச்செடி முளைத்துக்

கிடக்கும் பிரதேசத்தை அடைவதற்கு தடம்பிடித்துச் செல்லுவதற்கு வேண்டிய சிரத்தையைக் கூடக் குலைத்தது அந்தப் பசி. காட்டுக் காய் பசியை ஆற்றவில்லை. நாக்கையும் அண்ணாக்கையும் நமைச்சலால் துன்புறுத்தியது.

கடைசியாக ஒரு பள்ளத்தாக்கில் வந்திறங்கினான். பாறையில் முட்டையிட்டு வாழும் காட்டுப் பட்சி, 'கிர் கிர்' என்ற கூச்சலிட்டு சிறகையும் படபடவென்றடித்துப் பறந்தது. கல்லெடுத்து வீசினான். கல் அதன் மீது விழவில்லை. மூட்டையைக் கீழே இறக்கிவிட்டு, பூனை குருவியை பிடிக்கப் பதி வைப்பது போல் அவற்றைத் தொடர்ந்தான். கூர்மையான பாறையின் முனை கால்சட்டையைக் கிழித்து, முழங்காலையும் தேய்த்து வழி நெடுக ரத்தம் கசிவுகொண்டு தடக்கோலமிட்டது. பசியின் வலியிலே இந்த வலி அஸ்தமித்தது. பாசியிலே புழுப்போல நெளிந்து ஊர்ந்தான். சட்டை தொப்பலாயிற்று. உடம்பும் நனைந்தது. அது அவனுக்குப் படவில்லை. பசியின் வேகம் ஜன்னிமாதிரி இருந்தது. எப்போதோ பட்சிகள் சிறகெடுத்துப் பறந்துவிட்டன. அவற்றின் 'கிர் - கிர்' என்ற சப்தம் அவனைக் கேலி செய்வது போல இருந்தது. அவற்றைக் கற்பித்தான். அவற்றின் குரல் காட்டி அவற்றைக் கேலி செய்தான்.

ஒன்று தூங்கிக் கொண்டிருக்கையில் அதனிடம் நெருங்கி விட்டான் போலும். பாறைக் குடுவையிலிருந்து அவன் முகத்தில் மோதிக்கொண்டு பறந்தது. சடக்கென்று எட்டிப் பிடித்தான். பட்சியைப்போல அவனுக்கும் அது எதிர்பாராத நிகழ்ச்சி. கையில் அகப்பட்டது மூன்று இறகுகள். அது பறந்து செல்லுவதைப் பார்த்துக் கொண்டே இருந்தான். அதனிடம் அவனுக்கு வந்த கோபம் சொல்லி மாளாது. அது ஏதோ மன்னிக்க முடியாத ஒரு தப்பிதத்தைச் செய்துவிட்டது போலிருந்தது அவனுக்கு.

நாட்களும் ஓடின. காட்டு ஜீவராசிகள் ஓடியாடித் திரியும் பள்ளத்தாக்குகளை அடைந்தான். மான் கூட்டம் ஒன்று. இருபது இருக்கும். துப்பாக்கி லெக்குக்கு ரொம்பவும் அருகில் துள்ளி ஓடின. அவற்றை விரட்டிக் கொண்டே ஓடினால், சோர்ந்து விழுந்து விடுவது நிச்சயம் என்று நினைத்தான். ஒரு கருநரி, வாயில் காட்டுப் பட்சியொன்றைக் கவ்விக்கொண்டு அவனருகே ஓடிவந்தது. அவன் இரைந்து

கூச்சலிட்டான். சத்தம் பயங்கரமாக இருந்தது. நரி பதறிப்போய் ஓட்டமெடுத்தது. பட்சியைப் போடவில்லை.

பிற்பகலில், சுக்காம்பாறைத் தண்ணீர் பிரவாகமாக ஓடும் சிற்றோடையைத் தொடர்ந்து சென்றான். அது கோரைப் புல் ஊடே ஓடியது. கோரையைக் கையில் இறுகப் பிடித்துக்கொண்டு பிடுங்கினான். கோரைத் தண்டினடியில் வெங்காயம் மாதிரி குருத்து இருந்தது. அது மெதுவாக இருந்தது. நெர நெரவென்று அவற்றை மென்று தின்றான். உணவு கிடைத்துவிட்டது போலிருந்தது. ஆனால் நார் மென்று விழுங்க முடியாமல் திப்பி திப்பியாக இருந்தது. தண்ணீரும் நாரும் கலந்த ஒரு தாவரச் சேர்க்கை, பசியாற்ற லாயக்கற்றது. மூட்டையை இறக்கி வைத்துவிட்டு, ஆடுமாடு மாதிரி கோரைக் கிழங்குகளைப் பிடுங்கித் தின்ன ஆரம்பித்தான்.

உடம்பில் ரொம்பவும் அசதி தட்டியது. அடிக்கடி படுத்துத் தூங்க வேண்டும் போலிருந்தது. ஆனால் கால் ஓயாமல் நடந்து சென்றான். பசி அவனை ஊந்தித் தள்ளிச் சென்றது. தண்ணீர் குட்டைகளில் தவளைகள் இருக்குமா எனவும், மண்ணுக்குள் நிலப்புழுவாவது இருக்குமா எனவும் - இவ்வளவு வடக்கில் தவளையோ நிலப்புழுவோ இருக்காது என்பதை அறிந்தவன் தான், இருந்தாலும் நோண்டிப் பார்த்தான்.

குளம் குட்டைகளில் எல்லாம் குனிந்து குனிந்து பார்த்துக்கொண்டே சென்றான். பொழுது மயங்கும் சமயத்தில் ஒரு நீர்த் தேக்கத்தில் சின்ன மீன் இருப்பது அவன் கண்ணுக்குத் தெரிந்தது. தோள்வரை கையைத் தண்ணீரில் இட்டு பிடிக்க முயன்றான். அது அகப்படவில்லை. இரண்டு கைகளையும் போட்டுப் பிடிக்கப் பார்த்தான். அதிலும் தப்பிவிட்டது. சகதியைக் குழப்பி விட்டான். அவசரத்தில் உள்ளே விழுந்துவிட்டான். இடுப்புவரை நனைந்தது. தண்ணீர் கலங்கிவிட மீன் தெரியவில்லை. வண்டல் மறுபடியும் படிந்து ஜலம் தெளியும்வரை காத்திருக்க வேண்டியதாயிற்று.

ஜலம் தெளிந்ததும் மறுபடியும் முயன்றான். மறுபடியும் குட்டை கலங்கியது. நேரத்தை மேலும் வீணாக்கிக் கொண்டிருக்க அவனுக்கு அவகாசம் இல்லை. தகரப் போணியை வைத்து குட்டையை இரைக்க ஆரம்பித்தான்.

முதலில் அவசரப்பட்டு தண்ணீரைக் கண்டபடி வீச, மறுபடியும் அது குட்டைக்குள்ளாகவே வந்து விழுந்தது. பின்பு சற்று ஜாக்கிரதையோடு வேலை செய்தான். நெஞ்சு திக்குத்திக்கென்று அடித்துக் கொண்டது. கைகள் நடுங்கின. அரைமணி சாவகாசத்தில் குட்டை வறண்டுவிட்டது. சொட்டுத் தண்ணீர்கூடக் கிடையாது. மீனும் இல்லை. பாறைகளுக்கு இடுக்கில் பெரிய நீர்த் தேக்கத்துடன் சேரும் ஒரு சிறு இடுக்கு இருந்தது. அந்தக் குட்டையை இரவு பகல் ஓயாமல் இறைத்தாலும் வடியாது. இடுக்கு இருப்பது முன்னமே தெரிந்திருந்தால் கல்லை வைத்து முதலில் அதை அடைத்திருப்பான். மீன் அவனுடையதாகி இருக்கும்.

இப்படி நினைத்து நொடிந்துபோய் சகதியில் உட்கார்ந்து விட்டான். முதலில் மனசுக்குள் அழுதான். பிறகு வாய்விட்டு ஓங்கி மனவலி பொறுக்க மாட்டாமல், நாலா திசையிலும் தன்னை விலங்கிடும் அத்துவானத்தை நோக்கி அழுதான். நெடுநேரம் விம்மி விம்மி அழுது கொண்டிருந்தான்.

நெருப்பு மூட்டி குளிர் காய்ந்தான். முந்திய இராத்திரி போல பாறையில் வென்னீரைப் பருகி உடலில் வெக்கை உண்டு பண்ணிக்கொண்டு பாறை மீது போர்வையை மூடிப் படுத்தான். படுக்குமுன் கடைசியாக, கெடிகாரத்துக்குச் சாவி கொடுத்துவிட்டு, நெருப்புக்குச்சி நனையாமல் இருக்கிறதா எனப் பார்த்துக்கொண்டான். கம்பளிப் போர்வை ஈரம் பட்டு நசநசவென்றிருந்தது. கணுக்காலில் வலி தெறித்தது. நாடி அடிப்பதுபோல அடித்தது. பசி ஒன்றைத்தான் அவன் அறிந்தான். தூக்கத்திலே கலங்கிய நினைப்பிலே கண்ட சொப்பனத்தில் எல்லாம் சாப்பாடும், விருந்துமே தென்பட்டன.

விரைத்துப் போய் விழித்துக்கொண்டான். உடம்பெல்லாம் நொந்தது. மண்ணும் விண்ணும் சாம்பல் பூத்து இன்னும் இருண்டு கிடந்தது. வாள்போல் வாடைக்காற்று வெட்டியது. உறைபனிப்பஞ்சு மலையுச்சியில் வெள்ளைவிட ஆரம்பித்துவிட்டது. சுற்றிலும் காற்று கனத்தது. வெண்மையாயிற்று. அவனைச் சூழ மஞ்சு மூடியது. சிரமப்பட்டு நெருப்பேற்றி வென்னீர் காயவைத்தான். மழையும் பனிப் பஞ்சுமாகப் பெய்ய ஆரம்பித்தது. உறைபனிச் சிதர்கள் அகலமாக நொது நொதுவென்றிருந்தன. முதலில் அவை தரையில் பட்டதும்

உருகியோடின. ஆனால் மேலும் மேலும் விழுந்து தரையை நனைத்து நெருப்பை அணைத்து பாசி விறகையும் ஈரமாக்கியது.

மூட்டையைக் கட்டிக்கொண்டு முன்னேறு என உத்தரவு கொடுப்பதுபோலிருந்தது பருவம். எங்கு போவது? குத்துச் செடி முளைத்த பிரதேசமோ, முன்னே சென்ற சகாவோ, டியூஸ் நதி அருகே கவிழ்த்துப் போட்ட படகுக் குடிசையோ ஒன்றும் அவன் மனசில் ஊன்றி நிலைக்கவில்லை. 'உண்ணு' என்ற வினைச்சொல் அவனை ஆட்டி வைத்தது. உறைபனி வழியாகக் காட்டுக் காய்களையும் கோரைக் கிழங்குகளையும் நாடி பசி வெறி பிடித்து அலைந்தான். அது சப்பென்றிருந்தது; பசியை ஆற்றவில்லை. புளித்துக் கிடந்த காட்டுத் தழையைத் தின்றான். அதுவும் நிறைய வளரவில்லை. தரையோடு தரையாகப் படர்ந்து கிடந்தது. உறைபனி விழுந்து அதை மூடி மறைத்தது.

அன்று அவன் நெருப்பு மூட்டவில்லை; வென்னீர் போட்டுப் பருகவில்லை. போர்வையை இழுத்து மூடிக்கொண்டு பசி கொல்ல தூக்கத்தில் விழுந்தான். பனி மாறி மழை பெய்ய ஆரம்பித்தது. பல தடவை, இடையிடையே, பிரக்ஞை வர மலர்ந்து கிடந்த முகம் நனைவதை உணர்ந்தான். பகல் வந்தது. பழைய மேகம் மொய்த்த பகல்தான். சூரியனில்லை. மழையும் ஓய்ந்தது. பசியின் வேகம் மடிந்துவிட்டது. உணவின் மீதிருந்த பற்றுதலும் மாறியது. வயிற்றிலே கனத்துக்கிடந்த வேதனை மட்டுமே இருந்தது. ஆனால் அறிவு மழுங்கவில்லை. மறுபடியும் குத்துச்செடி முளைத்துக்கிடக்கும் நிலமும் டியூஸ் நதிப் படகுக் குடிசையும் நினைவுக்கு வந்தது.

மிஞ்சிக் கிடந்த மற்றொரு போர்வைத் துண்டை நீளமாகக் கிழித்து ரத்தம் கசியும் கால்களைக் கட்டினான். மறுபடியும் மொழி பெயர்ந்த கணுக்காலை இழுத்துக் கட்டி நடப்பதற்கு ஆயத்தம் செய்தான். மறுபடியும் மூட்டை கட்ட முனையும்பொழுது தோல் பொதியை ரொம்ப நேரம் பார்த்துக்கொண்டே இருந்தான். கடைசியாக மூடைக்குள் வைத்துக் கட்டிக் கொண்டு புறப்பட்டான்.

உறைபனி, மழையின் வேகத்தால் உருகிவிட்டது. மலையுச்சி மட்டுமே வெள்ளை பூத்திருந்தது. சூரியன் வெளியில் வந்தது. அதை வைத்து லெக்கு நிர்ணயம் செய்துகொண்டான். இப்பொழுது அவனிருக்குமிடத்திலிருந்து தடம் பிடித்துப்

போவது கஷ்டம் என்பதை உணர்ந்தான். முந்திய தினங்களில் இடது பக்கமாக வெகு தொலைவில் வந்து விட்டான் போலும். சரியான தடத்துக்கு வருவதற்காக வலது பக்கமாக நடக்க ஆரம்பித்தான்.

பசி தன்னைப் பிடுங்கித் தின்னவில்லை என்றாலும் தனக்குத் தெம்பு போய்விடாது என்பதை உணர்ந்தான். அடிக்கடி நின்று நின்று போகவேண்டியிருந்தது. காட்டுக் காய்களையும் கோரைக் கிழங்குகளையும் பிடுங்கித் தின்றதால் நாக்கு வறண்டு பெருத்து சிலிர்த்துக் கொண்டு வலித்தது. நாக்கில் மயிர் முளைத்த மாதிரி ஒரு பாவனை. அது கசந்தது. நெஞ்சு ரொம்பவும் தொந்திரவு கொடுத்தது. சில நிமிஷங்கள் நடந்தால் நெஞ்சுக்குள் ஏதோ குதிபோட்டது. மூச்சுத் திணறியது. தலை கிறங்கியது.

அன்று மத்தியானம் ஒரு பெரிய குளத்தில் இரண்டு சின்ன மீன்களைக் கண்டான். குளத்தை இறைக்க முடியாது. பதறாமல் அவற்றைத் தகரப் போணியில் பிடித்தான். அவை இரண்டும் சிறு விரல் பருமன் கூட இல்லை. மேலும் அவனுக்கு அவ்வளவாகப் பசியும் இல்லை. வயிற்றிலிருந்த வேதனை கூட படிப்படியாக மடிந்து வந்தது. அவற்றைப் பச்சையாகத் தின்றான். மெதுவாக, ஜாக்கிரதையாக மென்று தின்றான். பசி வேட்கையில் பிறந்த செயல் அல்ல அது. அறிவு தூண்ட அவன் தின்றான். தின்னும் ஆசை கிடையாது. பிழைத்துக் கிடக்க தின்பது அவசியம் என்று தின்றான்.

மாலையில் மூன்று மீன் குஞ்சுகளைப் பிடித்தான். இரண்டைத் தின்றுவிட்டு ஒன்றை மறுநாள் காலைக்கு என்று சேமித்து வைத்தான். சூரியன் மீண்டும் பாசியை உலர்த்தி விட நெருப்பு மூட்டி வென்னீர் பருகி உடம்பைச் சூடாக்கிக் கொள்ள முடிந்தது. அன்று பத்து மைலுக்கு மேல் அவனால் நடக்க முடியவில்லை. இதன் பிறகு மறுநாள் நெஞ்சில் வலி இல்லாதபோதெல்லாம் தினத்துக்கு ஐந்து மைல் நடந்தான். வயிற்றில் அவனுக்கு வேதனையே கிடையாது. அது துயில்கொள்ள ஆரம்பித்துவிட்டது. புதியதொரு பிரதேசத்தில் அவன் நடந்து கொண்டிருக்கிறான். காட்டு மான் கூட்டமும் ஓநாய் ஊளையும் ஜாஸ்தி. மூன்று ஓநாய்கள் அவன் கண்ணெதிரில் பதுங்கிச் சென்றன.

தேவமலர் | 51

மீண்டும் ஓரிரவு. மறுநாள் காலையில் சற்று புத்தித் தெளிவு இருந்தது. தோல் பொதியைத் தூக்கி அவிழ்த்தான். தரையில் கொட்டினான். தங்கப் பொடியும் கட்டிகளும் வந்து விழுந்தன. அதை இரண்டு கூறாகப் பிரித்து, ஒன்றைக் கம்பளித்துண்டில் கட்டி பாறையிடுக்கில் வைத்தான். மற்றதைப் பையில் போட்டுக் கட்டிக் கொண்டான். மிஞ் சியிருந்த மற்றொரு கம்பளிப் போர்வையையும் காலைக் கட்டுவதற்கு உபயோகப்படுத்த ஆரம்பித்தான். ஆனால் துப்பாக்கியை விட்டெறிந்து விடவில்லை. டியூஸ் நதிப் படகுக் குடிசையில் தோட்டாக்கள் உண்டு.

இன்று மஞ்சு மூடி இருந்தது. பசியும் அவனைத் தட்டியெழுப்பியது. ரொம்பவும் வலுவிழந்து விட்டான். அடிக்கடி தலை கிறக்கம் வந்தது. கண்ணும் பஞ்சடைந்தது. தடுமாறித் தடுமாறி விழுவது இயல்பாகி விட்டது. ஒரு தடவை காட்டுப்பட்சியின் கூட்டிலேயே விழுந்தான். முட்டையிலிருந்து வெளிவந்த குஞ்சுகள் நான்கு, பிறந்து ஒரு நாள் கூடக் கழியவில்லை - ஜீவத்துடிப்போடிருந்தன. நாலும் சேர்ந்தாலும் ஒரு வாய்க்குத்தான் வரும். அவற்றை ஒவ்வொன்றாக உயிருடன் தன் வாய்க்குள் திணித்து முட்டையின் ஓட்டை நொறுக்குவது போல் நெறநெறவென்று மென்று தின்றான். தாய்க்குருவி அவனைச் சூழவந்து கூக்குரலிட்டு வட்டமிட்டது. அதையும் அடிக்க துப்பாக்கி மட்டையை ஓங்கினான். அடிபடாமல் தப்பியது. கல்லை வாரி வீசினான். அதன் சிறகு ஒடிந்தது. ஆனால் ஒடிபட்ட சிறகைப் பாட்டில் போட்டுத் தத்தித் தத்திப் பறந்தது. அவனும் அதைத் தொடர்ந்தான்.

குருவிக் குஞ்சுகள் பசியை எழுப்பின. நொண்டி நொண்டிப் பின் தொடர்ந்தான். கல்லை விட்டெறிந்தான். சமயத்தில் 'ஊங்' 'ஆங்' என்று கூச்சலும் போட்டான். பிறகு ஜாக்கிரதையாக நொண்டினான், தடுமாறி விழுந்தான்; தத்திப்பற்றி எழுந்தான். பஞ்சடைய ஆரம்பித்ததால் உள்ளங்கை கொண்டு கண்களை உறுத்தித் தேய்த்தான்.

இந்த வேட்டை இவனைப் பள்ளத்தாக்கின் அடிமட்டத்துக்கு இழுத்துச் சென்றது. அங்கு ஊளைச்சேறு. அதில் காலடித் தடம் தெரிந்தது. தன்னுடையதல்ல என்பது நிச்சயம். முதலில் பெடைக் குருவியைப் பிடித்துவிட்டு, பிறகு வந்து

முன்னே சென்றவனுடையதா என்பதைப் பார்ப்போம் என்று தீர்மானித்தான்.

தாய்க் குருவியும் சோர்ந்து விட்டது, தானும் சோர்ந்து விட்டான். அது ஒருச்சாய்த்துக் கிடந்தது. அதற்குப் பன்னிரெண்டடி தூரத்தில் அவன் சோர்ந்து கிடந்தான். அவன் ஊர்ந்தால் அது ஊர்ந்தது. மீண்டும் தொடர்ந்தான். ஆனால் இரவு வழி மறித்தது. அது தப்பியது. சோர்ந்து போய்க் குப்புற விழுந்தான்; விழுந்த வாக்கில் முகத்தில் காயம்பட்டது. முதுகில் அப்படியே மூட்டை இருந்தது. வெகுநேரம் அப்படியே கிடந்தான். பிறகு ஒருக்களித்துச் சாய்ந்து கெடிகாரத்தை எடுத்துச் சாவி கொடுத்தான். விடியுமட்டும் அப்படியே கிடந்தான்.

மறுநாளும் மஞ்சு மூடிக் கிடந்தது. போர்வையில் பாதியை கால்கட்டுக்காகக் கிழித்துத் தீர்த்தாகி விட்டது. முன்னவன் சென்ற தடம் தெரிந்து கொள்ள முடியவில்லை. முன்னவனும் வழி தவறிவிட்டானோ என்ற சந்தேகம். முதுகில் மூட்டை உறுத்த ஆரம்பித்தது. மறுபடியும் தங்கத்தில் பாதியை தரையில் கொட்டினான். மத்தியானம் மீதியிருந்ததையும் வீசிவிட்டான். கையிலே தகரப் போணியும் பாதிப் போர்வையும் துப்பாக்கியுந்தான் மிச்சம்.

வீண் பிரமைகள் மனசைக் குமைக்க ஆரம்பித்தன. ஒரு தோட்டா கையில் நிச்சயமாகத் தெரிந்தது. துப்பாக்கியில் சொருகி இருக்கிறது. அது மறந்துபோய் விட்டதாம். உண்மையில் துப்பாக்கியில் தோட்டா இல்லை. உள் மனசுக்கு அது காலி என்பது அவனுக்குத் தெரியும். ஆனால் இந்த வீண் நினைப்பு விடாப்பிடியாகப் பற்றியது இதைப் போக்கிக் கொள்வதற்காக, துப்பாக்கியைத் திறந்து பார்த்தான். தெரிந்திருந்தும் அது காலியாகக் கிடந்தது அவனுக்கு ஏமாற்றத்தைத் தந்தது.

அரை மணி நேரம் நடந்தான். மறுபடியும் இந்த பிரமை கவ்வியது. அதை எதிர்த்துப் போராடினான். ஆனால் மனசைக் கவ்வியது. அதைக் கொல்லுவதற்கு துப்பாக்கியைத் திறந்து காட்ட வேண்டி இருந்தது. சில சமயம் மனம் இதையும் தாண்டி உலாவியது. அவன் வெறும் யந்திரம் போல் நடந்தான். விபரீத நினைப்புகளும் வக்கரித்த எண்ணங்களும் பிரமைகளும் மூளையைத் தின்னும்

தேவமலர் | 53

புழுக்கள்போல் மொய்த்தன. நிஜத்தைவிட்டு அகன்று அவன் செய்த யாத்திரை கொஞ்ச நேரந்தான். பசியென்ற பாசக்கயிறு அவனை மறுபடியும் இழுத்து வந்தது. மனக் குரளியின் ஓட்ட சாட்டத்தில் திடுதிப்பென்று அதிரடித்து நின்றான். எதிரில் நின்றது, அவனைத் தள்ளாட வைத்தது. அவன் எதிரே ஒரு குதிரை பஞ்சடைந்திருந்தது. அதிலே நட்சத்திரம் தெறித்தது. கண்களை முரட்டுத் தனமாகக் கசக்கிக் கொண்டு பார்த்தான். எதிரே நின்றது ஒரு செங்கரடி. அவன்மீது பாயும் நோக்கத்துடன் பார்த்து நின்றது.

மனிதன் துப்பாக்கியை தோளுக்கு நேராகத் தூக்கினான். பாதியில்தான் தோட்டா இல்லை என்ற நினைப்பு வந்தது. அதைக் கீழே போட்டுவிட்டு, வேட்டைக் கத்தியை உருவினான். எதிரே கறியும் உயிரும் நின்றது. கத்தியின் முனை கூராக இருக்கிறதா என்று கட்டைவிரலால் தடவிப் பார்த்துக் கொண்டான். கூராக இருந்தது. நுனியும் கூராக இருந்தது. கரடியின் பேரில் பாய்ந்து அதைக் கொல்ல வேண்டும். ஆனால் நெஞ்சில் இடது பக்கம் ஏதோ குதிபோட ஆரம்பித்தது. நெற்றியைச் சுற்றி யாரோ இரும்புக் கிடுக்கிபோட்டு அமுக்குவது போல் இருந்தது. மூளையிலே மயக்கம் படர்ந்தது.

உள்ளிருந்து பொங்கிய பயமே அவனுக்கு நெஞ்சுத் தெம்பைக் கொடுத்தது. தொய்ந்து கிடக்கும்போது அந்த மிருகம் அவனைத் தாக்கிவிட்டால் என்னவாவது. நெட்ட நிலையாக கைகளை உயரத் தூக்கி கத்தியைக் காட்டியபடி நிமிர்ந்து நின்று கரடியையே பார்த்தான். கரடி இரண்டடி முன்னுக்கு வந்து முன்னங்காலைத் தூக்கி நின்று முக்காரம் போட்டது. மனிதன் ஓடினால் அவனைத் தொடர்வது என்பது அதன் நினைப்பு. அதற்கும் பயத்தின் தைரியம் பிறந்தது. மனிதனும் முக்காரமிட்டுப் பயங்கரமாக, பேய்த்தனமாக, கத்தினான். பயத்தின் பிளிறல் இது. உயிரின் மூலாதார வேர்களிலே பின்னிக் கிடக்கிறது அந்தப் பயம்.

கரடி ஒரு புறமாக ஒதுங்கி உறுமியது. பயமற்று நிமிர்ந்து நிற்கும் மிருகத்தைக் கண்டு அது பயந்துவிட்டது. மனிதன் அசையவில்லை. அபாயம் அகலும்வரை கற்சிலைபோல் நின்றான். பிறகு உடம்பெல்லாம் வெடவெடவென்று நடுங்கியது. பாசிபடர்ந்த மண்ணில் விழுந்தான்.

பிறகு தெளிந்து எழுந்து நடக்க ஆரம்பித்தான். புதிய பயம் ஒன்று பற்றியது. பட்டினியால் வழியில் மடிந்து விடுவோம் என்ற பயம் அல்ல அது. உயிரிச்சை அவனை இழுத்துச் செல்லுமிடத்துக்குச் செல்லுவதற்கு, உடம்பில் உள்ள வலு அவ்வளவும் போகுமுன்பே, பட்டினி அவனை ஹதம் செய்துவிடக் கூடாதே என்பதுதான் அந்தப் பயம். ஓநாய்கள் சஞ்சரித்தன. முன்னும் பின்னும் அவை ஊளையிட்டு, வனாந்தர வெளியிலே தம் குரலில் இழைகளால் ஆபத்தைப் பின்னி வலை வீசின. அந்த வலை அவன் மீது விழுந்து அமுக்குவது போலவே பயந்தான்.

அடிக்கடி ஓநாய்க் கூட்டம் இரண்டும் மூன்றுமாக அவனுக்குக் குறுக்கே ஓடின. ஆனால் அவனை நெருங்கவில்லை. போதுமான எண்ணிக்கையில் வரவில்லை. மேலும் அவை காட்டுமானை வேட்டையாடி ஓடின. மான்கள் எதிர்த்துப் போர் புரியவில்லை. ஆனால் இந்த அதிசய மிருகமோ நிமிர்ந்து நடந்தது; கடிக்கலாம், பிராண்டி விடவும் கூடும் என பயந்தன.

ஓநாய்கள் கிழித்துத் தின்று போட்டுவிட்டுப் போன எலும்புக் குவியல்களைப் பிற்பகலில் அவன் நெருங்கினான். சிதைந்து கிடைக்கும் தோலும் எலும்பும் ஒரு மணி நேரத்துக்கு முன் மான்குட்டியாக இருந்தது. எலும்புகளையே பார்த்துக்கொண்டு நின்றான். துளி தசைகூட இல்லாமல் நக்கி தின்றுபோட்ட எலும்பு. சிகப்பு நிறம் பாரித்த எலும்பின் அணுக்களில் உயிர் மடியவில்லை. இன்று கழியுமுன் இவனும் இப்படி இருக்கக்கூடும். இதுதான் வாழ்வு. வீணான தோற்றத்திலே மறையும் விவகாரம். வாழ்வில்தான் வலியுண்டு. மரணத்தில் வேதனை கிடையாது. சாவது தூங்குவது. அதன் பொருள் அற்றுப் போதல், ஓய்வு என்பதுதான். பின் ஏன் சாவதில் திருப்திப் படக்கூடாது?

வெகுநேரம் இவ்வாறு சிந்திக்கவில்லை. பாசியில் உட்கார்ந்து எலும்பைக் கடித்து உறிஞ்சிக் கொண்டிருந்தான். சதைப்பற்று சொப்பனம் போல அவனை வாட்டியது. எலும்பைக் கடிக்க ஆரம்பித்தான். சில சமயம் எலும்பு தெறித்தது. சில சமயம் பல் தெறித்தது. பாறையில் போட்டு கல்லை வைத்து எலும்பை நொறுக்கினான். அவசரத்தில்

விரல் நைந்தது. அதிலே வலி அவ்வளவில்லாதது கண்டு ஆச்சரியப்பட்டான். எலும்பை நொறுக்கி விழுங்கினான்.

அதன் பிறகு எத்தனையோ நாள் பனியும் மழையும் பயங்கரமாக வாட்டியது. எங்கே தங்கினான்; எப்போது எழுந்து நடந்தான் என்ற பேதமே அற்றுவிட்டது. பகலிலும் இரவிலும் நடந்தான். விழுந்தபோதெல்லாம் ஓய்வெடுத்தான். மடிந்து வரும் உயிர் சற்று நிமிர்ந்து எரியும்போது ஊர்ந்தான். பிறகு மறுபடியும் மங்கி எரிய ஆரம்பித்தது. மனிதன் என்ற நிலையில் அவன் முயலவில்லை. சாக மறுத்த உயிர்தான் அவனை உந்தித் தள்ளிச் சென்றது. அவனுக்கு வேதனை மங்கிவிட்டது. நரம்புகள் மழுங்கி மரத்துப் போயின. மனதில் மட்டும் விபரீத சொப்பனங்களும், ருசிக்கும் கனவுகளும் நிறைந்திருந்தன. நொறுக்கி வைத்த மான்குட்டி எலும்பை எப்போதும் சுவைத்துக் கொண்டிருந்தான். அவன் மலையையும் பள்ளத்தையும் கடக்கவில்லை. அகண்டதொரு பள்ளத்தாக்கில் சென்ற சிற்றோடையைத் தொடர்ந்து நடந்தான். கனவுகளைத் தவிர அவன் வேறு எதையும் பார்க்கவில்லை. உயிரும் உடம்பும் பக்கத்தில் பக்கத்தில் ஊர்ந்தோ நடந்தோ சென்றன. அருகருகில்தான் சென்ற பந்தம் இருந்தது.

பாறை மீது படுத்துக் கிடந்தவன் சுயப் பிரக்ஞையுடன் விழித்துக் கொண்டான். சூரியன் காய்ந்து கொண்டிருந்தது. காட்டு மான்குட்டிகளின் சப்தமும் தூரத்தில் கேட்டது. சித்தத்தின் அடிவானத்தில் மழையும், காற்றும், பனியும் எங்கோ எப்போதோ அடித்தது. அது இரண்டு நாளோ, இரண்டு வாரமோ, அவனறியான்.

சிறிது நேரம் ஆடாமல் அசையாமல் கிடந்தான். சூரிய வெப்பம் அவனை 'நனைத்து' நொடிந்த உடலுக்கு உயிர் கொடுத்தது. 'சுகமான நாள்' என்று நினைத்தான். இன்று லெக்குத் தெரிந்துகொள்ள முடியும். ரொம்பவும் ஒருக்களித்துப் புரண்டான். அவனடியில் நதி ஒன்று ஓடியது. ஆனால் லெக்கு புரியவில்லை. நதியைத் தொடர்ந்தே, சாவதானமாக, சிரத்தை இல்லாமல் கண்களை ஓட்டினான். தூரத்திலே வானம் தொடும் எல்லையிலே இந்த நதி சமுத்திரத்தில் சங்கமமாயிற்று. அவனுக்கு இன்னும் அதிர்ச்சி. சாத்தியமில்லை, வெறும் சொப்பனம், மனக்குரளி என்று நினைத்தான். தூரத்திலே கப்பல் ஒன்று நங்கூரம் பாய்ச்சி நிற்பது தெரிந்தது. சற்றுநேரம்

கண்களை மூடிக்கொண்டிருந்துவிட்டு மறுபடியும் திறந்து பார்த்தான். காலித் துப்பாக்கி ஏமாற்றவில்லையா. கப்பலும் கடலும் தெரிவதா அதிசயம்! இன்னும் தெரியத்தான் செய்தது.

அருகே யாரோ செருமுவது மாதிரி கேட்டது. உடம்பு மரத்துப்போய் வலுவிழந்துவிட்டதினால், மெதுவாக, ரொம்ப மெதுவாகத் திரும்பினான். அருகே எதுவும் தென்படவில்லை. பொறுமையுடன் காத்திருந்தான். மறுபடியும் கனைப்பு கேட்டது. சற்றுத் தூரத்தில் இரண்டு பாறைகளுக்கு இடுக்கில் சாம்பல் பூத்த நிறத்தில் ஒரு ஓநாயின் தலை தெரிந்தது. அது காதுகளை நெரித்துக் கொண்டு நிற்கவில்லை. கண்களில் அழுக்கு நுரைத்தது. விழிகள் ரத்தம்போலச் சிவந்திருந்தது. தலை தொங்கித் தொங்கி விழுந்தது. வெயிலைப் பார்க்க முடியாமல் அது கண்களை மூடி மூடி விழித்தது. அது நோய்ப் பட்டது போலத் தெரிந்தது. மறுபடியும் செருமியது; பிறகு இருமியது.

இதுவாவது நிஜமாக இருக்கும் என்று நினைத்தான். பிறகு மறுபடியும் திரும்பி, சொப்பனம் திரையிட்டு மறைக்க முயன்ற உலகத்தைப் பார்க்க முயன்றான். ஆனால் தூரத்திலே கடலும் அந்தக் கப்பலும் தெரியத்தான் செய்தன. அது நிஜமேதானோ! கண்களை மூடிக்கொண்டு வெகு நேரமாக யோசனை செய்தான். அப்புறம் ஞாபகம் வந்தது. அவன் கிழக்கிலிருந்து வடக்கு நோக்கி வந்துவிட்டான். அகன்று கிடக்கும் அந்த ஆறுதான் தாமிரச் சுரங்க நதி. எதிரே இருக்கும் கடல் ஆர்க்டிக் சமுத்திரம். கப்பல் திமிங்கில வேட்டைக் கப்பல். ரொம்பவும் கிழக்கே தள்ளி மக்கன்ஸி நதி முகத்துவாரத்திலிருந்து வந்துவிட்டது. காரனேஷன் வளை குடாவில் நங்கூரம் பாய்ச்சி நிற்கிறது. ரொம்ப நாட்களுக்கு முன் ஹட்ஸன் பே கம்பெனி படத்தில் பார்த்த இடமே இது. எல்லாம் தெளிவாக மனசில் தெரிந்தது.

எழுந்து உட்கார்ந்து ஆகவேண்டிய காரியத்தைக் கவனித்தான். காதில் கட்டியிருந்த கம்பளிப் போர்வைத் துண்டுகள் தேய்ந்து நைந்துவிட்டன. காலும் நைந்து உருவற்ற சதைக் கோளமாக இருந்தது. போர்வையும் எங்கோ போய்விட்டது. கத்தியும் துப்பாக்கியும் விழுந்த இடம் தெரியவில்லை. தொப்பியும் அதில் சொருகி இருந்த

தேவமலர் | 57

தீக்குச்சிப் பொட்டணமும் போய்விட்டது. நெஞ்சருகில் சொருகி வைத்திருந்தது ஜாக்கிரதையாக இருக்கிறது. புகையிலைப் பையில் போட்டு வைத்ததும் அப்படியே. கடிகாரத்தை எடுத்துப் பார்த்தான்; நிற்கவில்லை, பதினொரு மணி காட்டியது. மறக்காமல் எடுத்து சாவி கொடுத்து வந்திருக்கிறான்.

சாவதானமாக சிந்தனையைச் சிதற விடாமலிருந்தான். உடம்பு ரொம்பவும் சோர்ந்து விட்டது. ஆனால் வலி இல்லை. சாப்பாட்டு நினைப்பு கூட இப்பொழுது அவனுக்கு ருசிக்கவில்லை. கால் சட்டையை முழங்காலுக்குக் கீழ் கிழித்து காலை இறுக்கிக் கட்டினான். எப்படியோ தகரப் போணி மட்டும் தவறிப் போகாமல் கூட வந்து கொண்டிருந்தது. கப்பலுக்கு போவது மகா கஷ்டமான வேலை. அதற்கு முன் சற்று வென்னீர் வைத்துப் பருக விரும்பினான்.

அவனால் அசைய முடியவில்லை. நடுக்கல் வாதம் போல உடம்பெல்லாம் நடுங்கியது. உலர்ந்த பாசியைச் சேகரிக்க முயன்றான். எழுந்து நிற்க முடியவில்லை. ஊர்ந்து சென்று முயன்றான். ஒரு தடவை நோய்ப்பட்டு நிற்கும் ஓநாய் அருகிலேயே சென்று விட்டான். அது ரொம்பவும் சங்கடத்துடன் பின்னுக்கு வாங்கியது. நாக்கு சதைக்கோளமாகத் தொங்கியது. வளைத்து நக்கக்கூட அதற்கு இயலவில்லை. நாக்கு செக்கச் செவேல் என்றில்லை. மஞ்சள்பூத்து அழுக்குப் படிந்து காய்ந்திருந்தது.

ஒரு போணி தண்ணீரைக் குடித்ததும் உடம்புக்கு தெம்பு வந்தது. எழுந்து நிற்கவும் முடியும் என்று கண்டான். நடக்கவும் முயன்றான். நிமிஷத்துக்கு நிமிஷம் ஓய்வு எடுத்துக் கொள்ள வேண்டி இருந்தது. அவனும் தடமாடி நடந்தான்; ஓநாயும் தடமாடி நடந்தது. இருட்டு வந்து கடலை மறைத்தது. அன்று நான்கு மைல்தான் வந்திருக்க முடியும் என்று நினைத்தான்.

இராத்திரி முழுவதும் ஓநாயின் கனைப்பு கேட்டுக்கொண்டே இருந்தது. சமயா சமயத்தில் காட்டு மான் குட்டியின் சத்தமும் கேட்டது. உயிரும் கூடிய ஜந்துக்கள் திரிந்தன. நோயாளியை, நோய் பற்றிய ஓநாய், அவன் முதலில் சாகமாட்டானா என்ற நினைப்பில் தொடர்ந்து வந்தது என்பது அவனுக்குத் தெரியும். விடியற்காலையில்

விழித்ததும் அதன் முகத்தில்தான் விழித்தான். செத்துவிட மாட்டானா என்ற ஒரு ஏக்கத்துடன் அது அருகில் நின்று பார்த்துக்கொண்டிருந்தது. வாலை காலுக்கிடையில் சுருட்டிக் கொண்டு நின்றிருந்தது பார்ப்பதற்கே பரிதாபகரமாக இருந்தது. குளிர் காற்றில் நடுங்கியது. மனிதன் ஏதோ அடித்தொண்டையில் பேசியதைக் கேட்டு பல்லை இளித்தது.

சூரியன் தேஜோமயமாக உதயமாயிற்று. மனிதன் விழுவதும் எழுவதுமாகக் கடலில் உள்ள கப்பலை நோக்கிச் சென்றான். பருவம் சீராக இருந்தது. வடகோடியிலும் திடீர் திடீரென்று இப்படி சுகமான பருவம் வருவதுண்டு. அது ஒரு வாரம் இருக்கலாம்; அல்லது ஒரு நாளைக்குக் கூட தங்காமல் ஓடிப் போகலாம்.

அன்று பிற்பகலில் மனிதத் தடம் ஒன்று தென்பட்டது. முன்னவனுடையதுதான். அவன் நடந்து செல்லவில்லை. ஊர்ந்து சென்றான். முன்னே சென்று விட்ட சகபாடியாக இருக்கக்கூடும் என நினைத்தான். நினைப்பில் சிரத்தை லயிக்கவில்லை. அவன் தானா என்று ஊன்றிப் பார்க்கும் கவலை கூட அற்றுவிட்டது. ஸ்பரிசனையும் உணர்ச்சியும் மரத்துப் போயின. வலி அகன்று நெடு நாளாகிவிட்டது. வயிறும், நரம்பும் ஆழ்ந்த தூக்கத்தில் ஒடுங்கிவிட்டன. இருந்தும் உயிரின் வலுதான் அவனை உந்தித் தள்ளிச் சென்றது. அவன் சோர்ந்து விட்டான்; ஆனால் சாக மறுத்தான். சாக மறுத்ததினால்தான் காட்டுக் காய்களையும் மீன் குஞ்சையும் தின்று வென்னீரைப் பருகி நோய் பற்றிய ஓநாயைக் கவனித்து வந்தான்.

ஊர்ந்து சென்றவன் தடத்திலேயே தொடர்ந்து சென்றான். அதுவும் முடிவடைந்தது. நன்றாக சதைப் பற்று இழந்த சில எலும்புகளும், கொஞ்சம் காயந்துலர்ந்த பாசியும் ஓநாய்த் தடங்களும் தென்பட்டன. தான் வைத்திருந்தது போன்ற தோல் பொதியும் அங்கே உட்கார்ந்து கிடப்பதைக் கண்டான். அதுவும் ஓநாயின் பல் பட்டு கிழிந்திருந்தது. அதைக் கையிலெடுத்தான். ஆனால் அதைத் தூக்க அவனது விரல்களில் பலம் இல்லை. முன்னவன் அதை இவ்வளவு தூரம் சுமந்து கொண்டு வந்துவிட்டான். சபாஷ்! இப்போது யார் கெட்டிக்காரர்? தப்பி மீண்டும் கப்பலுக்கு அந்தப் பொதியை நான் தானே கொண்டு போவேன் என்று

நினைத்தான். 'எக் எக்' என்ற சிரிப்பு அவனது குரல் வளையை விக்கியது. காகம் கரைவது போலிருந்தது அவன் சிரிப்பு. நோய்ப்பட்ட ஓநாயும் அவனுடன் ஒத்துக் குரல் எடுத்தது. மனிதன் திடீரென்று சிரிப்பதை நிறுத்தினான். கிடப்பவன் சகாவாக இருந்தால், அவனை எப்படித் துரோகிப்பது? அந்த எலும்புகள் - அவைதானே ஒரு காலத்தில் என் சகாவாக இருந்தன.

முகத்தை வேறு திசையில் திருப்பிக் கொண்டான். அவன் என்னை நடுவழியில் விட்டுவிட்டுச் சென்றுவிட்டான். இருந்தாலும் அவனுடைய தங்கப் பொதியை எடுத்துக் கொள்ளக்கூடாது. நான் செத்து அவன் மிஞ்சி இருந்தால், அவன் எடுத்துக்கொண்டுதான் போயிருப்பான். இருந்தாலும்... இப்படியே நினைத்துக் கொண்டு தள்ளாடித் தள்ளாடி நடந்தான்.

வழியிலே சிறு நீர்த்தேக்கமிருந்தது. மீன் எதுவும் இருக்குமா என்பதைக் கவனிக்க குனிந்து பார்த்தான். திடுக்கிட்டு தலையை இழுத்துக் கொண்டான். நீரிலே தென்பட்ட தன் முகத்தின் பிம்பத்தைப் பார்த்தான். அவ்வளவு கோரமாக இருந்தது. அந்தத் திக்பிரமை தீர வெகு நேரம் பிடித்தது. அதிலே மூன்று மீன்களிருந்தன. குளத்தை இறைக்க முடியாது. தகரப்போணியில் அவற்றைப் பிடிக்க இரண்டு மூன்று தடவை முயன்று பார்த்து, விட்டுவிட்டான். ரொம்பவும் சோர்வு தட்டி இருப்பதினால் குளத்துக்குள் விழுந்து மடிந்து விடுவோமோ என்ற பயம். இந்தப் பயத்தின் காரணமாகவே கரையில் ஒதுங்கிக் கிடந்த கட்டையை மிதக்கவிட்டு அதில் உட்கார்ந்து கொண்டு செல்லுவதற்கும் பயந்தான்.

அன்று கப்பலுக்கும் தனக்குமிடையிலிருந்த தூரத்தை மூன்று மைல் குறைவாக்கினான். மறுநாள் இரண்டு மைல் ஏனென்றால் முன்னவனைப் போல இவனும் ஊர்ந்து ஊர்ந்து சென்றான். ஐந்தாவது நாள் வந்தது. கப்பலுக்கும் தனக்கும் இன்னும் ஏழு மைல் தூரம் இருக்கிறது என்று கண்டான். அன்று அவனுக்கு ஒரு மைல் கூடச் செல்ல முடியவில்லை. பருவம் கெட்டுப் பாழ்படவில்லை. ஊர்ந்து சென்றான்; மயங்கினான். நெளிந்து நெளிந்து கொடுத்தான். நோய்ப்பட்ட ஓநாயும் களைத்துக் கொண்டே தொடர்ந்து வந்தது. பாதத்தைப் போல முழங்காலும் தேய்ந்து

சதைக் கோளமாயிற்று. முதுகுப் பக்கத்தில் சட்டையைக் கிழித்துக் கட்டிக்கொண்டான். இருந்தாலும் பாசியிலும் பரல் கல்லிலும் ரத்தக் கோலம் அவனைத் தொடர்ந்தது. ஓநாயும் அதை நக்கிக்கொண்டே தொடர்ந்து வந்தது. அந்த ஓநாயைத் தீர்த்துக் கட்டாதவரை தன் கதை எப்படி முடியும் என்பதைத் தெளிவாக அறிந்து கொண்டான். அதிலிருந்து பிறந்தது உயிர் வாழ்வுக்காக நடைபெறும் கோரமான போராட்டம். நோயாளி ஊர்ந்து சென்றான். நோய்ப்பட்ட ஓநாய் சாயைபோல நொண்டி நொண்டித் தொடர்ந்தது. உயிர்ப் பசை போக்கும் வனாந்தரத்திலே, செத்து மடிந்துவரும் சடலங்களை இழுத்துக்கொண்டு இரண்டு ஜீவன்கள் ஒன்றையொன்று வேட்டையாடித் தொடர்ந்தன.

ஓநாய் ஆரோக்கியமுள்ளதாக இருந்திருக்குமாகில் மனிதன் அவ்வளவு கவலைப்பட்டிருக்கமாட்டான். பார்ப்பதற்கே குமட்டலெடுக்கும், செத்து மடிந்து விட்டது என்று சொல்லத்தக்க மிருகத்தின் பசிக்காளாவது என்ற நினைப்பை மனம் ஒப்பவில்லை. மனசு 'நுறநாட்டியம்' பிடித்த மனசு மீண்டும் அவனது சித்தம் நெறிகெட்டு அலைய ஆரம்பித்தது. நினைப்புச் சொப்பனங்கள் அவனை அலைக்கழிக்க ஆரம்பித்தன. புத்தித் தெளிவும் அரிதாகி வர ஆரம்பித்தது.

காதருகே சற்று பனிக்காற்றுடன் மோதும் ஈச்சுச் சத்தம் கேட்க ஒருதடவை புத்தி சற்று தெளிந்தது. ஓநாய் பின்னுக்குப் பாய்ந்தது. பாய்ச்சலில் கால் தவறி விழுந்தது. பார்ப்பதற்கு வேடிக்கையாக இருந்தது. ஆனால் அவனுக்குச் சிரிப்பு வரவில்லை. அதற்கு உடம்பில் வலு இல்லை. அந்த நிமிஷம் புத்தி தெளிவாக இருந்தது. கிடந்துகொண்டே யோசித்தான். கப்பல் நாலு மைல் தூரத்தில் தானிருந்தது. பூத்துப்போன கண்களைத் துடைத்துக் கொண்டு பார்த்தால் சிறு படகின் வெள்ளைப் பாய்ச்சீலை தெரிந்தது. படகு மினுமினுக்கும் கடலைக் கிழித்து வந்தது. அது அவனுக்குத் தெரிந்தது. அந்த ஞானம் அவனைப் பதற வைக்கவில்லை. இன்னும் அரைமைல் கூட ஊர்ந்து செல்ல முடியாது என்பதை உணர்ந்தான். இருந்தாலும் உயிர் வாழ விரும்பினான். இவ்வளவும் பட்டு அனுபவித்து விட்டு சாவது தப்பு.

தேவமலர் | 61

விதி அவனிடம் சக்திக்கு மீறியதைக் கேட்கிறது. மடிந்து கொண்டிருந்தான்; ஆனால் சாகச் சம்மதிக்கவில்லை. அது வெறும் வெறித்தனம் என்று சொல்லவேண்டும். மரணத்தின் கைக்குள் சிக்கிவிட்டான்; ஆனால் அதை எதிர்த்தான், சாகச் சம்மதிக்கவில்லை.

சர்வ ஜாக்கிரதையுடன் கண்களை மூடிக்கொண்டு ஒடுங்கினான். தன் உடம்பின் ஒவ்வொரு அணுவிலிருந்தும் பொங்கி எழும் சோர்வை, அவனையே மூழ்கடித்துவிட முயலும் சோர்வைச் சமாளித்து சித்தத் தெளிவைப் பெற முயன்றான். இந்த மரணச் சாயையான சோர்வு கடலைப் போல பொங்கிப் பொங்கி அவனது பிரக்ஞையைக் கொஞ்சம் கொஞ்சமாக மூழ்கடித்தது. சில சமயம் அதில் அடியோடு மூழ்கிவிட்டான். தடமாடித் தடமாடி அதில் முக்குளித்து நீச்சலடிக்க முயன்றான். ஜீவன் கற்ற வேதி நூல் அவனுக்கு சமயத்தில் துணை கொடுத்தது. சிதறுண்ட புத்தியை எட்டிப் பிடிப்பான்; சற்றுத் தெம்புடன் மிதப்பான்.

அசைவே இல்லாமல் மலர்ந்து கிடந்தான். நோய்ப்பட்ட ஓநாய் மூசுமூசென்று இளைத்துக்கொண்டு தன்னை நெருங்குவதை உணர்ந்தான். வரம்பற்ற காலத்தினூடே எத்தனையோ யுக சஞ்சாரங்களுக்குப் பின் அது அவனை நெருங்கிக் கொண்டே வந்தது அவனது காதருகே நெருங்கியது. வறண்டுபோன நாக்கு, பரபரவென்று முகத்தை வருடியது. அவனது கைகள் பாய்ந்தன. அதாவது பாயும்படி அவன் புத்திகொண்டு நினைத்தான். விரல்கள் கூரிய நகங்கள்போல வளைந்திருந்தன. ஆனால் காற்றைத்தான் எட்டிப் பிடித்தது. நிச்சயத்துடன் சடக்கென்று பிடிப்பதற்கு பலம் வேண்டும். அது அவனிடம் இல்லை.

ஓநாயின் பொறுமை பயங்கரமாக இருந்தது. மனிதனுடைய பொறுமையும் அதைப்போல பயங்கரமாக இருந்தது. அரை நாள் வரை மயக்கத்தை உதறித்தள்ளி எது தன்னைத் தின்ன விரும்புகிறதோ அதற்காக, எதைத் தின்ன அவன் விரும்புகிறானோ அதற்காகக் காத்திருந்தான். சில சமயங்களில் சோர்வு பொங்கியது. அவன் நெடிய கனவுகளில் மிதந்தான். விழிப்பிலும், கனவிலும், செருமிவரும் அந்த மூச்சுக்கும் நாக்கின் கரகரப்புக்குமாகக் காத்திருந்தான்.

மூச்சு அவனுக்குக் கேட்கவில்லை. ஏதோ கனவிலிருந்து வழுவி கையில் நாக்கு பட்டதை உணர்ந்தான். காத்திருந்தான். பற்கள் மெதுவாக அழுத்தின. பல் பதிய ஆரம்பித்தது. இத்தனை நாட்களாகக் காத்திருந்த உணவில் பல்லைப் பதிய வைக்க அந்த ஓநாய் தனது பலம் முழுவதையும் உபயோகித்தது. மனிதன் வெகுநேரம் காத்திருந்தான். கிழிபட்ட கை, மிருகத்தின் வாயைப் பற்றியது. ஓநாய் தெம்பிழந்து உதற முயற்சித்தது. கையும் வலுவற்ற நிலையிலும் பற்று விடவில்லை. இந்த நிலையில் மற்றொரு கையும் சேர்ந்து பிடித்துக் கொண்டது. ஐந்து நிமிஷங் கழித்து மனிதனின் முழு கனமும் ஓநாய்மீது விழுந்தது. ஓநாயை மூக்கை அமுக்கிக் கொல்ல கையில் பலம் இல்லை. மனிதனுடைய முகம் ஓநாயின் கழுத்தில் விழுந்து கிடந்தது. அவன் வாயில் அதன் மயிர். அரைமணி நேரம் கழித்துத் தனது தொண்டைக்குள் வெதுவெதுப்பாக ஒழுகிச் செல்வதை உணர்ந்தான். அது ருசிக்கவில்லை. உருக்கிய ஈயத்தை வயிற்றுக்குள் நிர்ப்பந்தமாக செலுத்துவது போல இருந்தது. அவனது சித்தத்தின் உறுதியே அதை உள்ளே செலுத்தியது. பின்னர் அந்த மனிதன் திரும்பி மலர்ந்து படுத்து உறங்கினான்.

திமிங்கில வேட்டைக் கப்பலான 'பெட்போர்ட்' என்பதில் சில விஞ்ஞான பண்டிதர்கள் இருந்தார்கள். கப்பலின் மேல்தட்டில் நின்று பார்த்தபோது, கரையில் ஏதோ ஒரு புது மாதிரியான பொருள் தெரிந்தது. அது கரையில் தண்ணீரை நோக்கி வந்து கொண்டிருந்தது. என்னதென்று ரகவாரியாக அத்தனை தூரத்திலிருந்து நிர்ணயிக்க முடியவில்லை அவர்களுக்கு. என்னவென்று பார்க்க படகில் ஏறி கரைக்குப் போனார்கள். உயிரோடிருந்தது மனிதன் என்று சொல்ல முடியாது. அது கண்ணிழந்து பிரக்ஞையிழந்து இருந்தது. பெரிய புழுப்போல தரையில் நெளிந்தது. அதன் முயற்சிகள் பயனற்றவை என்றாலும், இடைவிடாது முயற்சித்தது. உருண்டு நெளிந்து மணிக்கு இருபதடி தூரம் சென்றது.

மூன்று வாரங்கள் கழித்து பெட்போர்ட் கப்பல் பங்கில் படுத்துக் கிடந்த மனிதன், ஒட்டிப்போன கன்னங்களில் நீர் வழிய, தான் யார் என்று சொன்னான்; தான் பட்டனுபவித்ததைச் சொன்னான். அப்பாவையும் ஊரையும் ஆரஞ்சுத் தோட்டத்தையும் பற்றிப் பிதற்றினான்.

விஞ்ஞான பண்டிதர்களுடனும், கப்பல் உத்தியோகஸ்தர்களுடனும் உட்கார்ந்து சாப்பிடும் காலமும் வந்தது. சாப்பாட்டைப் பார்ப்பதிலேயே அவனுக்குப் பரம திருப்தி. மற்றவர்கள் வாயினுள் செல்லுவதை வெகு கவலையுடன் கவனித்தான். ஒவ்வொரு கவளமும் வீணாகிறதே என்ற கவலையை அவன் முகம் காட்டியது. அவனுடைய புத்தி தடுமாறி விடவில்லை. இருந்தாலும் சாப்பாட்டு நேரத்தில் அவர்களை அடியோடு வெறுத்தான். உணவற்றுப் போய்விடுமோ என்ற பயம் நெஞ்சில் புரை ஏறி இருந்தது. குசினிக்காரனை, காபின் பையனை, காப்டனை எல்லாம் சாப்பாடு எவ்வளவு இருக்கிறது என்று கேட்டான். நிறைய இருக்கிறது என்று பலதடவை சொல்லி அவன் கவலையைப் போக்க முயன்றார்கள். அவர்களை நம்பாமால் திருட்டுத்தனமாக உக்கிராணத்துக்குள் சென்று தானே பார்த்தான்.

இந்த மனிதன் வர வர பருத்து வருவது தென்பட்டது. நாளொரு மேனியாகப் பருத்து வந்தான். விஞ்ஞான பண்டிதர்கள் தலையை ஆட்டிக்கொண்டு சித்தாந்தம் பண்ணிப் பார்த்தார்கள். அவனுக்குச் சாப்பாட்டைக் குறைத்தார்கள். அப்படியிருந்தும் அவன் ஷர்ட்டுக்கடியில் எல்லையில்லாமல் பருத்து வந்தான்.

மாலுமிகள் சிரித்தார்கள் - அவர்களுக்குத் தெரியும். விஞ்ஞான பண்டிதர்கள் ஒருவனைக் காவல் போட்டார்கள்; அவர்களும் தெரிந்து கொண்டார்கள். காலையில் சாப்பிட்டவுடன் திருட்டுத்தனமாக அவன் கையை நீட்டிப் பிச்சையெடுக்கப் போவதைக் கவனித்தார்கள். அவனது ஏந்திய கையில் மாலுமிகள் ஒரு பிஸ்கோத்துத் துண்டைப் போடுவார்கள். உடனே அவன் அதை ஷர்ட்டுக்கு அடியில் ஒளித்து விடுவான். பணப் பேய் பிடித்தவன் தங்கத்தைக் கண்டதும் தாவிப் பிடிப்பதைப் போல அதை வாங்கிக் கொண்டான். மாலுமிகள் கருமித்தனம் செய்யவில்லை.

பண்டிதர்கள் விவேகிகள். அவன் இஷ்டப்படி விட்டுவிட்டார்கள். அவனில்லாதபோது அவனிருந்த அறைக்குச் சென்று பார்த்தார்கள். எங்கு பார்த்தாலும், தலையணை முதல் மெத்தை வரை எங்கும் உணவுப் பொருள்களை ஒளித்து வைத்திருந்தான். இருந்தாலும் அவனுக்குப்

பைத்தியமில்லை. மீண்டும் பஞ்சம் ஏற்படாதபடி முன் ஜாக்கிரதையுடன் தடுத்துக் கொள்கிறான். அவ்வளவுதான். அதுவும் தெளிந்துவிடும் என்றார்கள் பண்டிதர்கள். அப்படியே தெளிந்தது. பெட்போர்ட் கப்பல் ஸான்பிரான்ஸிஸ்கோ வளைகுடாவுக்குள் போகுமுன் அவனுக்குப் புத்தி தெளிந்துவிட்டது.

..

3

மேல்கோட்டு

நிக்கொலாய் கோகல்

தமிழில்: பாஸ்கரன்

அந்தத் துறையில் - எந்தத் துறையில் என்று பெயர் குறிப்பிடாமலிருப்பதே நல்லது. துறைகள், ரெஜிமெண்டுகள், அரசு அலுவலகங்கள் ஆகியவற்றைவிட, ஒரு வார்த்தையில் சொன்னால் அதிகார நிறுவனங்கள் எல்லாவற்றையும் விட அதிக ரோசமுள்ளவை உலகிலே வேறு எவையுமே கிடையாது. இந்தக் காலத்தில் ஒவ்வொரு தனி மனிதனும் தனக்கு ஏற்படும் சொந்த அவமானத்தைச் சமூகம் முழுவதற்கும் இழைக்கப்பட்ட அவமானமாகக் கருதுகிறான். ஏதோ ஒரு நகரத்தின் போலீஸ் கமிஷனர் (எந்த நகரமோ, எனக்கு நினைவு இல்லை) சமீபத்தில் அதிகாரிகளுக்கு விண்ணப்பம் அளித்ததாகவும், அரசு ஆணைகள் அனைத்தும் மீறப்பட்டு விட்டனவென்றும், தனது புனிதத் திருப்பெயர் வேண்டுமென்றே வீணாக இழுக்கப்பட்டிருக்கிறதென்றும் அதில் தெளிவாகக் குறிப்பிட்டதாகவும் கேள்விப்பட்டேன். தனது குற்றசாட்டுக்கு ஆதாரமாக அவன் காதல் வருணனைகள் மிகுந்த நூல் ஒன்றின் பிரமாண்டமான தொகுப்பை (அந்த நூலில் அநேகமாகப் பத்து பக்கங்களுக்கு ஒரு தடவை எவனோ போலீஸ் கமிஷனர் - சில கட்டங்களில் குடிமயக்கத்துடன் இருக்கும் நிலையில் - வருணிக்கப்படுகிறான்) விண்ணப்பத்துடன் சேர்த்து அனுப்பினானாம். ஆகவே எல்லாவிதமான மனக் கசப்பையும் தவிர்க்கும் பொருட்டு நாம் இதை ஒரு துறை என மட்டும் அழைப்போம்.

நல்லது. ஏதோ ஒரு துறையில் ஒரு எழுத்தன் வேலை செய்து வந்தான். அவன் வெகுவாகக் குறிப்பிடத்தக்க குணாமிசங்கள் வாய்ந்தவன் எனக் கூற முடியாது. கொஞ்சம் குட்டை, கொஞ்சம் அம்மைத் தழும்புள்ளவன், கொஞ்சம் செம்முடியன், கொஞ்சம் மந்தப் பார்வையன் போன்ற தோற்றமுள்ளவன், நெற்றி உச்சியில் சிறு வழுக்கையும் இரண்டு கன்னங்களிலும் சுருக்கங்களும் விழுந்தவன்,

மூல நோயாளி போன்ற சோகை பிடித்த நிறத்தினன். அதற்கு நாமென்ன செய்வது? எல்லாம் பீட்டர்ஸ்பர்க் பருவநிலையின் கோளாறு, அவனுடைய பதவியைப் பொறுத்தவரை (நமக்குத்தான் எல்லாவற்றுக்கும் முன்பு பதவியைத் தெரிவித்து விடுவது அவசியமாயிற்றே), சாசுவதப் பட்டம் பெற்ற ஆலோசகன் என்று அழைக்கப்படும் பதவி அது. நமது அரசாங்க நிர்வாகத் துறையிலுள்ள பதினான்கு பதவிகளில் ஒன்பதாவதான இந்தப் பதவியை, பதிலுக்குத்தாக்க முடியாதவர்கள் மேலெல்லாம் பாய்ந்து பிடுங்குவது என்ற பாராட்டுக்குரிய வழக்கம் கொண்ட, பலவித எழுத்தாளர்கள் எள்ளி நகையாடியும் இகழ்ந்தும் வந்திருப்பது யாவரும் அறிந்ததே. இந்த எழுத்தனின் குலப்பெயர் பஷ்மாச்கின். இந்தப் பெயர் செருப்பு என்று பொருள்படும் பஷ்மாக் என்ற ருஷ்யச் சொல்லின் அடியாகப் பிறந்திருக்க வேண்டும் என்பது பெயரிலிருந்தே தெள்ளத் தெளிவாகப் புலப்படுகிறது; ஆனால் எந்தக் காலத்தில், எந்த வழியில் இப்பெயர் பஷ்மாக்கிலிருந்து கிளைத்தது என்பது ஒன்றுமே தெரியவில்லை. அவனுடைய தகப்பன், பாட்டன் மட்டுமல்ல, மைத்துனன் உள்பட பஷ்மாச்சின்கள் அனைவருமே காலணிகள் அணிந்தே நடந்தார்கள், அதிகமாய்ப் போனால் ஆண்டுக்கு மூன்று தடவை மட்டுமே காலணி அடிகளைப் பழுதுபார்த்துக் கொண்டார்கள். அவன் பெயர் அக்காக்கிய் அக்காக்கியெவிச். இது கொஞ்சம் விசித்திரமான பெயர் என்றும் தேடிப் புனையப்பட்டதென்றும் வாசகர்கள் நினைக்கக்கூடும். ஆனால் நாம் இந்தப் பெயரைத் தேடவே இல்லை எனவும் தாமாகவே ஏற்பட்ட நிலைமைகளின் காரணமாக அவனுக்கு வேறு எந்தப் பெயரும் சூட்ட இயலாது போயிற்று எனவும் உறுதி கூறுகிறோம். நடந்தது இதுதான்:

அக்காக்கிய் அக்காக்கியெவிச் பிறந்தது, என் நினைவு சரியாக இருந்தால், மார்ச்சு 23ஆம் தேதி இரவில். அவனது காலஞ் சென்ற தாய் எழுத்தனின் மனைவி, மிக நல்லவள். குழந்தைக்குப் பெயரிடுவதற்கு வேண்டிய எல்லா ஆயத்தங்களையும் அவள் செய்தாள். கதவுக்கு எதிரே அவள் படுத்திருந்தாள். செனெட் துறை தலைமை எழுத்தன் இவான் யெரோஷ்கிந் மிக அருமையான மனிதர், குழந்தையின் ஞானத் தந்தை - அவளுக்கு வலப்புறம்

நின்றிருந்தார். இடப்புறம் நின்றாள் ஞானத் தாய் அரீனா பேலப்ரூஷ்கவா, அபூர்வ குணவதி. குழந்தைக்கு இடுவதற்கு மூன்று பெயர்கள் தாய்க்கு முன் வைக்கப்பட்டன. மோக்கிய், ஸோஸ்ஸிய் என்பன அவற்றில் இரண்டு; இல்லாவிட்டால் தியாகி ஹோஸ்தஸாத்தின் பெயரைக் குழந்தைக்கு வைக்கலாம் எனச் சொல்லப்பட்டது. “ஊஹூம்! எல்லாமெ சரியில்லாத பெயர்கள்” என்று எண்ணினாள் தாயார். அவளுக்கு மகிழ்ச்சியாக இருக்கட்டுமென்று நாள்காட்டியில் மற்றொரு பக்கம் திருப்பப்பட்டது; அதிலும் மூன்று பெயர்கள் இருந்தன: திரிபீலிய், தூலா, வரகாசிய் என. “நல்ல கண்ணராவிதான் போ! பெயர்களைத்தான் பாரேன்! உண்மையில், இந்த மாதிரி நான் என்றைக்கும் கேள்விப்பட்டது கிடையாது! வரதாத் என்றோ வரூஹ் என்றோ இருந்தாலாவது பரவாயில்லை. இங்கேயோ, திரிபீலிய், வரகாசிய் என்றல்லவோ இருக்கின்றன!” என முதிய தாய் அங்கலாய்த்தாள். இன்னொரு பக்கத்தைப் புரட்டினார்கள். பாவ்ஸிக்காய், வாஃத்தீஸிய் என்ற பெயர்கள் வந்தன. “ஊம், இப்போது தெரிந்து கொண்டேன் தலையெழுத்து இதுதான் என்று. அப்படியானால் அப்பாவின் பெயரே குழந்தைக்கும் இருந்துவிட்டுப் போகட்டும். அவன் அப்பா பெயர் அக்காக்கிய், ஆகவே மகனையும் அக்காக்கிய் என்றே அழைப்போம்” என்றாள் தாயார். இவ்வாறு வாய்த்ததே அக்காக்கிய் அக்காக்கியெவிச் என்னும் பெயர். குழந்தைக்கு ஞானஸ்தானம் செய்விக்கப்பட்டது. அப்போது அவன் அழுத அழுகையும் முகத்தைக் கோணிக் கொண்டு வலித்த வலிப்பையும் பார்த்தால், தான் ஒரு காலத்தில் பட்டம் பெற்ற ஆலோசகனாகப் பதவி வகிக்கப்போவதை அவன் முன்னரே உணர்ந்திருந்தது போலத் தோன்றியது. ஆக, இது இவ்விதமே நிகழ்ந்தது.

இந்தச் சேதியை நாம் இவ்வளவு விளக்கக் காரணம், இது இன்றியமையாத முறையில் நேர்ந்தது என்பதையும் குழந்தைக்கு வேறு பெயர் சூட்ட எவ்வகையாலும் முடிந்திராது என்பதையும் வாசகர்கள் தாமே கண்டுகொள்வதற்காகத்தான்.

1. அக்காக்கிய் எப்போது, எந்தத் தேதியில் துறையில் சேர்ந்தான், யார் அவனை நியமித்தார்கள் என்பதையெல்லாம் யாரும் நினைவு கூர முடியவில்லை. எத்தனையோ இயக்குநர்களும், வேறு பலவகை அதிகாரிகளும் வந்து

போய்விட்டார்கள். ஆனால் அவன் மட்டும் அதே இடத்தில், அதே நிலைமையில், அதே வேலையில் அதாவது நகலெடுக்கும் எழுத்தன் வேலையில், இருந்து வந்தான். எழுத்தன் உடுப்பும் தலையில் வழுக்கையுமாக, இந்த வேலைக்கு முற்றிலும் தயாராகவே அவன் பிறந்திருக்க வேண்டும் என்று நாளடைவில் எல்லாருமே எண்ணத் தொடங்கி விட்டார்களென்றால் பார்த்துக்கொளுங்களேன். துறையில் அவன்மீது யாரும் எவ்வித மரியாதையும் காட்டுவதில்லை. அவன் கடந்து செல்கையில் காவலாட்கள் எழுந்து நிற்பதுதான் கிடையாதென்றால் அவனை ஏறிட்டுப் பார்ப்பது கூட இல்லை - எதோ சாதாரண ஈயொன்று எதிர்பார்ப்பு அறை வழியாகப் பறந்து சென்றது போல. மேலதிகாரிகள் அவனிடம் ஒரே கண்டிப்புடன் இருந்தார்கள். உதவித் தலைமை எழுத்தன் ஒருவன் ஏதாவது காகிதத்தைக் கொண்டுவந்து, "கொஞ்சம் நகலெடுங்க" என்றோ, "இதோ பாருங்க, அருமையான, சுவையான விவகாரம்" என்றோ, நல்ல ஒழுங்கு முறைகளுள்ள அதிகார நிறுவனங்களில் வழங்குவது போல வேறு ஏதேனுமோ மகிழ்ச்சியாகச் சொல்லக்கூடச் செய்யாமல் அவன் மூக்குக்கு அடியில் நுழைப்பான். அவனோ, காகிதத்தை மட்டுமே நோக்கியவனாக, அதை வைத்தவன் யார், வைப்பதற்கு அவனுக்கு உரிமையுண்டா என்று பார்க்காமல் அதை வாங்கிக்கொள்வான். உடனேயே அதற்கு நகலெழுதத் தொடங்கி விடுவான். இளம் எழுத்தர்கள், தங்கள் புத்திக்கு எட்டினமட்டில் அவனைப் பரிகசித்து எள்ளி நகையாடுவார்கள். அவனை பற்றிக் கற்பனை செய்த பலவிதக் கதைகளை அவன் முகத்துக்கு எதிரே சொல்லுவார்கள். அவனுடைய வீட்டுச் சொந்தக்காரியான எழுபது வயதுக் கிழவியைப் பற்றிக் கிண்டல் செய்வார்கள்; அவள் அவனை அடிப்பதாகக் கதைப்பார்கள்; அவளை எப்போது கலியாணம் செய்து கொள்ளப்போகிறான் என்று கேட்பார்கள். கிழிந்த காகிதத் துணுக்குகளை அவன் தலைமேல் உதிர்த்து, வெண்பனி பெய்கிறது என்பார்கள். அக்காக்கிய் அக்காக்கியெவிச் தனக்கெதிரே எவருமே இல்லை என்பது போல, ஒரு வார்த்தை கூடப் பதில் பேசாமல் காரியத்தில் முனைந்திருப்பான். இவற்றால் அவன் வேலைக்குக் குந்தகம் ஏற்படுவதும் கிடையாது. இந்தக் குறும்புகளும் கிண்டல்களும் நடந்து கொண்டிருக்கையில்

அவன் நகலில் ஒரு பிழை கூட நேர்வதில்லை. பரிகாசம் பொறுக்க முடியாதபடி போய் விட்டால், யாராவது அவன் தோளுக்கடியில் இடித்துத் தள்ளி வேலையில் ஈடுபடவிடாமல் இடையூறு செய்தால் மட்டுமே அவன், "விடுங்க, ஐயா! ஏன் தொந்திரவு செய்றீங்க?" என்பான். அந்தச் சொற்களிலும் அவை வெளிப்படும் குரலிலும் ஏதோ விசித்திரமாகத் தொனிக்கும். இரக்கமுண்டாக்கும்படி அதில் ஏதோ ஒலிக்கும். துறையில் புதிதாக வேலைக்கு அமரிந்திருந்த இளைஞன் ஒருவன் மற்றவர்களின் உதாரணத்தைப் பின்பற்றி அக்காக்கிய் அக்காக்கியெவிச்சைப் பரிகசிக்கத் தொடங்கியவன், அவன் சாந்தமாகக் கூறிய சொற்களைக் கேட்டதும் நெஞ்சில் ஈட்டி பாய்ந்து விட்டது போலச் சட்டென்று நிலைத்து நின்று விட்டான்; அது முதல் அவன் கண்களுக்கு எல்லாமே மாறிவிட்டன போலும், எல்லாம் வேறு வடிவில் தென்பட்டன போலும் தோன்றின. ஒழுங்கானவர்கள், கண்ணியவான்கள் எனக் கருதி அவன் அறிமுகம் செய்து கொண்டிருந்த நண்பர்களிடமிருந்து இனந்தெரியாத சக்தி ஒன்று அவனை உந்தித் தள்ள வேறாக ஒதுக்கிவிட்டது. இதற்கு அப்புறமும் வெகு காலம் வரை, மிக சந்தோஷமான கணங்களில் கூட, குள்ள வடிவமும் வழுக்கைத் தலையுமான எழுத்தனின் உருவம், "விடுங்க, ஐயா! ஏன் தொந்திரவு செய்றீங்க?" என்று கூறுவது போல அவனுக்குக் கற்பனையுண்டாகும், சோகம் ததும்பும் இச்சொற்களிலேயே "நான் உன் சகோதரனல்லவா?" என்ற அர்த்தமும் ஒலிக்கும். பாவம், அந்த இளைஞன் முகத்தைக் கைகளில் புதைத்துக்கொள்வான். மனிதனிடம் மனித இயல்பற்ற தன்மை எவ்வளவு இருக்கிறது; மிக மிகப் பண்பட்ட, கண்ணியமான நடையுடை பாவனைகளுக்குள்ளும் - அட கடவுளே! பெருந்தன்மை வாய்ந்தவன், கௌரவமுள்ளவன் என உயர் சமூகத்தினரால் மதிக்கப்படுபவனுக்குள் கூட - விலங்கியல்பு கொண்ட முரட்டுத்தனம் எவ்வளவு மறைந்திருக்கிறது என்பதைக் கண்டு வாழ்க்கையில் எத்தனையோ தரம் அவன் பதைபதைப்பான்...

அக்காக்கிய் போல வேலைக்காகவே வாழ்ந்தவனைக் காண்பது அரிதே. அவன் ஊக்கமாக வேலை செய்தான் என்றால் போதாது. இல்லை, அவன் காதலுடன் உழைத்தான். இங்கே, நகல் எழுதும் இந்த வேலையில், அவனுக்கு வண்ண

வேறுபாடுகள் கொண்ட மகிழ்ச்சி பொங்கும் ஏதோ ஓர் உலகம் தென்பட்டது போலும். அவன் அனுபவித்த இன்பம் முகத்தில் மிளிர்ந்தது. சில எழுத்துக்கள் அவனுக்குச் சிறப்பாக உகப்பானவை. அவற்றை எழுதுகையில் அவனுக்குக் களிப்பு கட்டுமீறிப் பெருகும்; புன்னகைப்பான், கண் சிமிட்டுவான், உதடுகளால் உச்சரிப்பான். அவனுடைய பேனா வரையும் ஒவ்வோர் எழுத்தையும் அவன் முகத்திலே படித்து விடலாம் போலத் தோன்றும் அவனது ஊக்கத்தின் அளவுக்கேற்ப அவனுக்குப் பரிசளிப்பதாயிருந்தால் அவன் தானே வியப்புறும்படி அரசாங்க ஆலோசகன் பதவிவரை எட்டியிருப்பான்; ஆனால் சக எழுத்தர்கள் கிண்டல் செய்ததுபோல, அவனுக்குக் கிடைத்ததெல்லாம் கோட்டு மார்பில் உலோகப் பட்டயமும் மூல நோயுந்தான். ஆனாலும் ஒருவருமே அவனைக் கவனிக்கவில்லை என்று சொல்ல முடியாது. மிக உதார குணம் வாய்ந்த இயக்குநன் ஒருவன் அவனது நீண்ட கால ஊழியத்துக்குப் பரிசளிக்கும் நோக்கத்துடன், வழக்கமான நகலெழுதும் வேலையை விட அதிகப் பொறுப்புள்ள வேலை அவனுக்குக் கொடுக்கப்பட வேண்டும் என்று கட்டளையிட்டான்; அதாவது ஏற்கனவே தீர்ந்துபோன விவகாரம் ஒன்றைப் பற்றி வேறோர் துறைக்கு அறிக்கை தயாரிக்கும் வேலை அவனிடம் ஒப்படைக்கப்பட்டது; தஸ்தாவேஜின் தலைப்பை மாற்றுவதும் சில வினைச்சொற்களைத் தன்மைக்குப் பதில் படர்க்கையில் எழுதுவதும் மட்டுமே அவன் செய்ய வேண்டியிருந்த வேலை. ஆனால் இந்தக் இக்காரியத்தைச் செய்வதில் ஏற்பட்ட சிரமத்தால் அவன் உடலெல்லாம் ஒரேயடியாக வேர்த்துக்கொட்ட, நெற்றியை மறுபடி மறுபடி தடவிக் கொண்டிருந்துவிட்டுக் கடைசியில், "என்னால் முடியாது. ஏதாவது நகல் எழுதுவதற்குக் கொடுங்கள்" எனச் சொல்லிவிட்டான். அது முதல் அவன் என்றென்றைக்கும் நகலெழுதும் வேலையையே செய்து வரட்டும் என்று விட்டுவிட்டார்கள். நகலெழுதும் இந்த வேலைக்குப் புறம்பாக அவன் வரையில் எதுவுமே இருக்கவில்லை போலப்பட்டது. தன் உடையைப் பற்றி அவன் சிந்தித்ததே கிடையாது; அலுவலக உடுப்பு பச்சை வண்ணம் போய், ஏதோ செம்மைபடிந்த மாவு நிறமாகியிருந்தது. கழுத்துப் பட்டை மிகக் குட்டையாய்க் குறுகியிருந்தபடியால் அவன் கழுத்து

உண்மையில் நீள மாயில்லாவிடினும், காலருக்கு வெளியே துருத்திக் கொண்டிருப்பது போலத் தோன்றியது. அவனுடைய உடுப்பில் வைக்கோல் துரும்போ, நூலோ எதுவோ ஒன்று எப்போதும் ஒட்டிக்கொண்டிருக்கும். தெருவில் நடக்கும் போது, ஜன்னல் வழியே குப்பை வெளியே கொட்டப்படும் சமயம் பார்த்து அதற்கு அடியாகச் செல்லும் தனித்திறமை அவனிடம் இருந்ததாகையால் முலாம் பழத்தோல்களோ, அவை போன்றா வேறு குப்பையோ எப்போதும் அவன் தொப்பியின் மேல் ஒட்டிக்கொண்டிருக்கும். தெருவில் நாள்தோறும் நடக்கிறது என்று வாழ்வில் ஒரு தரமாவது அவன் கனித்ததே கிடையாது. இந்த விஷயத்தில் அவன் தனது சகோதர எழுத்தர்களுக்கு முற்றிலும் மாறாயிருந்தான்: அவர்களோ, வீதி விவகாரங்களில் நாட்டம் செலுத்துவதில் நிபுணர்கள் எனபதை யாவரும் அறிவர். எதிர் நடைபாதையில் செல்லும் எவனுடைய காற்சட்டை அடிவார் நெகிழ்ந்து விட்டது என்று கூட எதிர் நடைபாதையில் இருந்தபடியே கூர்விழிகளால் நோட்டங் கண்டு, மர்மப் புன்னகை புரிபவர்களல்லவா அவர்கள்!

அக்காக்கிய் எதையேனும் பார்த்தால் கூட அதில் அவன் கண்டதெல்லாம் ஒரே மாதிரியான வீச்சுடன் தான் எழுதிய கச்சிதமான வரிகளை மட்டுமே; எங்கிருந்தோ வந்த குதிரையின் முகம் அவன் தோள் மீது படிந்து அவன் கன்னத்தின் மேல் நாசித்துவாரங்கள் வழியே புயல் வீசினால் தான் அவனுக்கு உணர்ச்சி வரும் - தான் இருப்பது வரியின் நடுவிலல்ல, தெருவின் மத்தியில் என்று.

வீடு திரும்பியதுமே உணவு மேசையருகே உட்கார்ந்து முட்டைக்கோஸ் சூப்பை மடக்குமடக்கென்று பருகிவிட்டு, மாட்டிறைச்சித் துண்டை வெங்காயத்துடன், அது எப்படி ருசிக்கிறது என்று கவனிக்காமலே, அந்த வேளையில் ஆண்டவன் அனுப்பிய ஈக்கள், மற்றவை எல்லாவற்றோடும் சேர்த்து மென்று விழுங்கிவிடுவான். வயிறு நிறைந்தாற் போலப் பட்டதுமே எழுந்து, மைக்கூட்டை எடுத்துவந்து, அலுவலகத்திலிருந்து தான் வீட்டுக்குக் கொண்டு வந்திருக்கும் ஆவணங்களை நகல் எடுக்கத் தொடங்குவான். நகலெடுப்பதற்குப் பத்திரங்கள் எதுவுமில்லாமல் தீர்ந்து போய்விட்டால், தனது சொந்த இன்பத்துக்காக, தன்னிடம் வைத்துக்கொள்ளும் பொருட்டு அதிகப்படி நகல் ஒன்று

எழுதிக்கொள்வான்; நடை அழகினால் இல்லாவிடினும் யாரேனும் புதிய, அல்லது முக்கியமான நபருக்கு முகவரி எழுதப்பட்டிருக்கும் காரணத்தால் பத்திரம் குறிப்பிடத்தக்கதாக இருந்தாலோ, கேட்க வேண்டியதில்லை.

பீட்டர்ஸ்பர்க் நகரின் சாம்பல் நிற வானம் ஒரேயடியாகக் கருண்டு போயிருக்கும்; அரசாங்க அலுவலர்கள் அனைவரும் தத்தம் சம்பளத்துக்கும் சுவைக்கும் ஏற்ப வயிறார உண்டு தீர்த்திருப்பார்கள்; துறையில் பேனாக்களை ஓட்டி முடிந்து, ஓட்ட சாட்டங்களெல்லாம் ஓய்ந்து, தவிர்க்க முடியாத சொந்தக்காரியங்களும் பிறரது அலுவல்களும், களைப்பறியாத மனிதன் தானாக விரும்பித் தேவைக்கும் மேலாகவே தன் மேல் சுமத்திக்கொள்ளும் வேறு பலவும் முடிவடைந்த பின் எல்லாரும் இளைப்பாறியிருப்பார்கள்; எல்ல எழுத்தர்களும் மீதியிருக்கும் ஓய்வு நேரத்தை முடிந்தவரை குதூகலமாகக் கழிக்க விரைந்து கொண்டிருப்பார்கள் - அதிக உற்சாகமுள்ள ஒருவன் நாடகமன்றம் செல்வான், மற்றொருவன் பெண்களின் தொப்பிகளைக் கண்டு களிப்பதற்காக வீதியில் உலாவப் போவான், வேறொருவன் சிறு எழுத்தனது மண்டலத்தின் விண்மீனாகச் சுடரும் அழகிய கன்னிக்குப் பாராட்டுரை பகர்வதில் பொழுதை வீணடிப்பதற்காக விருந்துக் கொண்டாட்டதிற்கு ஏகுவான், நான்காமவன் (பத்துக்கு ஒன்பது பேர் செய்வது போலவே) மூன்றாம் மாடியிலோ நான்காம் மாடியிலோ இரண்டு அறைகளும் சிறு நடை அல்லது சமையலறையும் கொண்ட - சாப்பிடாமலிருப்பது, நகர்ப்புறப் பயணங்களை நிறுத்தி வைப்பது போன்ற எத்தனையோ தியாகங்களை விலையாகச் செலுத்திப் பெற்ற விளக்கு அல்லது வேறு பொருள்களால் நாகரிகப் பாவனையில் அலங்கரிக்கப்பட்ட - வீட்டில் வசிக்கும் சக எழுத்தன் எவனையாவது காணச் செல்வான்; சுருங்கக் கூறின் எல்லா எழுத்தர்களும் தங்கள் நண்பர்களின் சிறு சிறு வீடுகளில் பரவி, கிளாசுகளில் தேநீரை உறிஞ்சுவதும், ஒரு காசு விலையுள்ள ரொட்டிகளைக் கறவுவதும், நீண்ட சுங்கான்களிலிருந்து புகையை இழுப்பதுமாக உற்சாகம் கரைபுரளச் சீட்டாடிக்கொண்டும், சீட்டுக்களைக் கலைத்துப் போடும் சமயத்தில் உயர் சமூகத்தினரைப் பற்றி அவதூறாக அரட்டையடிப்பதும் (ருஷ்யனால் தான் உயர் சமூகத்தை விட்டுவிட்டு ஒரு கணங் கூட இருக்க முடியாதே), பேசுவதற்கு

வேறொன்றுமில்லாவிட்டால், கோட்டைத் தலைவனிடம் யாரோ வந்து பால்கோனெட்டி என்னும் சிற்பி அமைத்த முதல் பீட்டர் சக்கரவர்த்தியின் நினைவுச் சிலையிலுள்ள குதிரையின் வால் செதுக்கப்பட்டுவிட்டது என்று சொன்ன பழைய கதையைப் பன்னியுரைப்பதுமாகப் பொழுதைப் போக்கிக் கொண்டுமிருப்பார்கள். ஒரு வார்த்தையில் சொன்னால் எல்லாரும் உல்லாசமாயிருக்க முயன்று கொண்டிருப்பார்கள்; ஆனால் அந்த வேளையில் கூட அக்காக்கிய் எவ்வித இன்பத்தையும் நாடுவது கிடையாது. மாலைக் களியாட்டம் எதிலும் அவனைக் கண்டதாக எவனும் சொல்ல முடியாது. தெவிட்டத் தெவிட்ட நகலெழுதித் தீர்ந்தபின்பு, அவன் படுக்கையில் படுத்து, மறுநாள் வரவிருக்கும் இன்பத்தைப் பற்றிய நினைப்பாலேயே முகம் முறுவலால் மலர, நாளை ஆண்டவன் நகலெழுதுவதற்கு எதை அனுப்புவானோ எனச் சிந்தித்தபடியே உறங்கிப் போவான். ஆண்டுக்கு நானூறு ரூபிள் சம்பளத்தில் தனது விதியில் திருப்தியுடன் இருக்க முடிந்த இம்மனிதனின் வாழ்க்கை இவ்வாறு அமைதியாகக் கழிந்தது; பட்டம் பெற்ற ஆலோசகர்கள் மட்டுமல்ல, அந்தரங்க, செயல்முறை, ராஜ சபை முதலிய பல்வேறு வகை ஆலோசகர்கள் வாழ்விலும், அவருக்கும் ஆலோசனை கூறாமலும் எவரது ஆலோசனையையும் ஏற்காமலும் இருப்பவர்களின் வாழ்விலுங்கூட மொய்க்கும் பலவித விபத்துக்கள் நேராமலிருந்தால் இந்த வாழ்க்கை கனிந்த முதுமைப் பருவம் வரை இவ்வாறே கழிந்திருக்கும்.

பீட்டர்ஸ்ப்ர்க் நகரில் ஆண்டுக்கு நானூறு ரூபிள்களோ, ஏறக்குறைய அதே தொகையோ சம்பளம் வாங்குபவர்கள் எல்லாருக்கும் பெரிய எதிரி ஒன்று உண்டு. அது வேறு எதுவுமன்று, நமது வடக்கத்தியக் கூதல் தான் - அது உடம்புக்கு நல்லது என்று சிலர் சொன்ன போதிலும், காலை ஒன்பது மணிக்கு, அலுவலகம் செல்லும் அரசாங்க ஊழியர்களால் தெருக்கள் நிறைந்திருக்கும் வேளை பார்த்து அது விதி விலக்கின்றி எல்லா மூக்குகளையும் வலிமையாகச் சுரீர் சுரீர் என்று நிமிட்டுகிற நிமிட்டில் அப்பாவி எழுத்தர்கள் மூக்குகளை எங்கே வைத்துக்கொள்வது என்று தவிப்பார்கள். மிக உயர் பதவி வகிப்பவர்களுக்குக் கூடக் கடுங்குளிர் காரணமாக நெற்றிப்பொட்டு விண்விண்ணென்று தெறித்து, கண்களில் நீர் நிறைந்து வழியும். அந்நேரத்தில் பாவம், பட்டம்பெற்ற

ஆலோசகர்கள் சில சமயம் முற்றிலும் தற்காப்பற்றவர்கள் ஆகிவிடுவார்கள். மெல்லிய, நைந்த மேல்கோட்டுகளுடன் முடிந்த வரை வேகமாக ஓடி, ஐந்தாறு தெருக்களைக் கடந்து அலுவலகம் சேர்ந்ததும், வழியிலே உறைந்து போன வேலைத் திறமையும் இயற்கைத் திறன்களும் மீண்டும் குளிர் நீங்கிக் கதகதப்படையும் வரை தலைவாயிலில் கால்களைத் தொப்புத் தொப்பென்று அடித்துச் சூடேற்றிக் கொள்வதுதான் அவர்களைக் காக்கும் ஒரே வழி.

வீட்டிலிருந்து அலுவலகம் வரையுள்ள சட்டப்பூர்வமான தூரத்தை எவ்வளவுதான் விரைவாக ஓடிக் கடக்க முயன்றாலும், தனது முதுகுத்தண்டும் தோள்களும் கடுங்குளிரால் ஒரேயடியாக நொந்து விறைத்துப் போவதை அக்காக்கிய் சிறிது காலமாக உணரலானான். இது தன் மேல்கோட்டின் குற்றமாயிருக்கலாமோ என்ற எண்ணம் முடிவில் அவன் மனத்தில் எழுந்தது. வீட்டிலே அதை நன்றாக ஆராய்ந்து பார்த்தவன், இரண்டு மூன்று இடங்களில், அதாவது முதுகிலும் தோள்பட்டைகளிலும் அது வலை வலையாக நெய்த நார்த்துணி போல ஆகியிருந்ததைக் கண்டான்; குளிர் தாராளமாக உட்புகும் அளவுக்கு மேல் துணி நைந்திருந்தது; உள் துணியோ இழை இழையாகப் பிரிந்து போயிருந்தது. அக்காக்கியின் மேல்கோட்டும் சக எழுத்தர்களின் பரிகாசத்திற்கு இலக்காய் விளங்கியதென்பதை இந்தச் சந்தர்ப்பத்தில் சொல்லிவிட வேண்டும், மேல்கோட்டு என்ற மதிப்புயர்ந்த பெயரைக் கூட இழந்து, வீட்டிலணியும் கோட்டு எனப் பொருள்படும் 'கப்போத்' என்ற அவப்பெயரைப் பெற்றிருந்தது அது. அதன் தையல் பாங்கு உண்மையிலேயே விசித்திரமானதுதான்: அதன் கழுத்துப்பட்டை மற்ற இடங்களுக்கு ஒட்டுப்போடுவதற்காகக் கத்தரிக்கப்பட்டு வந்ததால் ஆண்டுக்கு ஆண்டு அளவில் சிறுத்துக்கொண்டே போனது. ஒட்டுக்களோ, தையல்காரனின் கலைத்திறனைக் காட்டவில்லை; விளைந்தது சாக்கு மூட்டை போன்ற, அழகற்ற பொருள். மேல்கோட்டில் என்ன கோளாறு என்பதைக் கண்டு கொண்ட அக்காக்கிய் அதைச் சீர்ப்படுத்துவதற்காக பெத்ரோவிச் என்ற தையல்காரனிடம் எடுத்துச் செல்லத் தீர்மானித்தான். எங்கோ ஒரு வீட்டின் பின்கட்டில் நான்காவது மாடியில் குடியிருந்த இந்த பெத்ரோவிச், ஒற்றைக் கண்ணும், அம்மைத் தழும்பு

தேவமலர் | 75

முகமும் கொண்டவன்மாயினும் எழுத்தர்கள், மற்றவர்கள் ஆகியோரின் காற்சட்டைகளையும் கோட்டுகளையும் பழுதுநீக்கும் தொழிலை வெற்றிகரமாக நடத்திவந்தான் - அதாவது அவன் குடி மயக்கமின்றி நிதானமாகவும், வேறு ஏதேனும் திட்டங்களைப் போட்டு மூளையைக் குழப்பிக் கொள்ளாமலும் இருக்கும் வேளைகளில்.

இந்தத் தையல்காரனைப் பற்றி விரிவாக வருணிப்பது தேவையில்லை தான், எனினும் கதையில் வரும் எல்லாவிதமான பாத்திரங்களையும் முழுமையாகச் சித்தரிப்பது இக்காலத்திய பாணியாகி விட்டபடியால் நாம் ஒன்றும் செய்வதற்கில்லை; இதோ, பெத்ரோவிச்சைப் பற்றிப் பார்ப்போம். ஆரம்பத்தில் அவன் வெறுமே கிரிகோரிய் என்றே அழைக்கப்பட்டான், யாரோ நிலப்பிரபுவின் பண்ணையடிமையாயிருந்தான்; விடுதலை பெற்ற பின்பே அவன் தன்னைப் பெத்ரோவிச் என அழைக்கலானான். எல்ல விழாநாள்களிலும் அளவுமீறிக் குடிக்கத் தொடங்கினான்; முதலில் பெரிய திருநாள்களில் மட்டுமே குடித்தான், பிறகு சர்ச் விழாக்கள் ஒவ்வொன்றிலும், உண்மையில் நாள்காட்டியில் சிலுவைக்குறி இடப்பட்ட நாள்களில் எல்லாம் குடிக்க ஆரம்பித்தான். இந்த விஷயத்தில் அவன் பாட்டன் - முப்பாட்டன் காலத்திலிருந்து வழிவழி வந்த மரபையே கடைப்பிடித்தான்; மனைவியுடன் சச்சரவிடுகையில் அவளை மத விசுவாசம் அற்றவள், ஜெர்மன்காரி என்று பழித்துவந்தான். மனைவியைப் பற்றிக் குறிப்பிட்டு விட்டதால் அவளைப் பற்றி ஓரிரு வார்த்தைகள் சொல்லுவது அவசியம்; ஆயினும் வருந்தத்தக்க விஷயம், பெத்ரோவிச்சுக்கு மனைவியுமுண்டு, அவள் தலைக்குட்டை அணிவதில்லை, மூடுதொப்பியே போட்டுக்கொள்வாள் என்பது தவிர அவளைப் பற்றி நாம் அறிந்தது சொற்பமே. அழகைப் பொருத்தவரை பெருமை பாராட்டிக் கொள்ள அவளிடம் ஒன்றும் இல்லை. அது எப்படியாயினும், வீதியில் அவளைச் சந்தித்த போது மூடுதொப்பியின் அடிவழியே அவள் முகத்தை உற்றுப் பார்த்தவர்கள், மீசையை முறுக்கிய வண்ணம் விந்தைக் குரலில் உறுமும் சிப்பாய்கள் மட்டுமே.

பெத்ரோவிச் குடியிருந்த வீட்டின் மாடிப்படிகள் - அவற்றுக்கு உரிய நியாயத்தைச் செலுத்துவதானால் - நீராலும் சொதசொதவென்று நனைந்து ஊறி, கண்களைக் கரிக்க வைக்கும் சுள்ளென்ற ஸ்பிரிட் நெடியால்

நிறைந்திருந்தன. (இந்த நெடி பீட்டர்ஸ்பர்க் நகரின் பின்மாடிப் படிகளுக்கெல்லாம் பொதுவான சிறப்பியல்பு என்பதுதான் உலகறிந்த சேதியாயிற்றே). மாடிப்படி ஏறும் போதே அக்காக்கிய், மேல்கோட்டைச் செப்பஞ் செய்வதற்கு பெத்ரோவிச் என்ன கூலி கேட்பானோ என்று எண்ணியவனாக இரண்டு ரூபிள்களுக்கு மேல் கொடுக்க கூடாது என மனத்துக்குள் நிச்சயித்துக் கொண்டான். பெத்ரோவிச்சின் வீட்டுக் கதவு திறந்திருந்தது, ஏனென்றால் அவன் மனைவி ஏதோ மீனைப் பொரியல் செய்கையில் கிளப்பிய புகை சமையல் அறை முழுதும் மண்டி, கரப்பான் பூச்சிகள் கூடக் கண்ணில் படாதாவாறு அடித்திருந்தது. அக்காக்கிய், வீட்டு எஜமானிக்குக் கூடத் தெரியாதபடி சமையலறையைக் கடந்துபோய், முடிவில் தையல்காரனின் அறையை அடைந்து, அங்கே வர்ணம் பூசப்படாத அகன்ற மர மேசை மீது துருக்கியப் பாதுஷா போல மண்டியிட்டு அமர்ந்திருந்த பெத்ரோவிச்சைக் கண்டான். வேலையில் ஈடுபட்டிருக்கும் தையல்காரர்களின் வழக்கம் போல அவன் வெறுங்கால்களுடன் உட்கார்ந்திருந்தான். அக்காக்கியின் பார்வையில் முதலில் பட்டது பெத்ரோவிச்சின் கால் கட்டை விரல்; ஆமையோடு போன்று தடித்து முடிடாய்க் கோணல் மாணலான நகங்கொண்ட அந்த விரல் அக்காக்கிய்க்கு நன்கு பரிச்சயமானது. பட்டு, பருத்தி நூல் கண்டு ஒன்று பெத்ரோவிச்சின் கழுத்திலிருந்து தொங்கியது; அவன் முழங்கால் மேல் கிடந்தது ஏதோ கந்தையுடை. கடந்த ஓரிரு நிமிடங்களாக நூலை ஊசியில் கோக்க முயன்று தோல்வியுற்ற பெத்ரோவிச் இருண்ட அறை மீதும், நூல் மேலுமே கோபங்கொண்டு, “போக மாட்டேங்குது சனியன்! என் உயிரை வாங்குது துப்புக்கெட்ட சனியன்!” என்று வாய்க்குள்ளாகவே கிசுகிசுத்தான். பெத்ரோவிச் எரிச்சலாக இருக்கும் நேரம் பார்த்து வந்தோமே என்று அக்காக்கிய் வருந்தினான். பெத்ரோவிச் கொஞ்சம் மகிழ்ச்சியாக இருக்கும் போது, அல்லது “மிடாக்கணக்கில் சாராயத்தைக் குடித்து விட்டு உட்கார்ந்திருக்கிறான், ஒற்றைக் கண் பிசாசு!” என அவன் மனைவி சொல்வது போன்ற நிலையிலிருக்கும் போது அவனிடம் வேலையை ஒப்படைப்பதுதான் அக்காக்கிய்க்குப் பிடிக்கும். அந்த மாதிரி நிலையிலிருக்கையில் பெத்ரோவிச் சாதாரணமாக மிகவும் விட்டுக்கொடுப்பான்,

எந்தக் கூலிக்கும் இணங்கி விடுவான்; அது மட்டுமன்று, தலைவணங்கி நன்றி வேறு தெரிவிப்பான். அப்புறம் அவன் மனைவி அக்காக்கியிடம் கண்ணீரும் கம்பலையுமாக வந்து கணவன் குடிமயக்கத்திலிருந்ததால் மிகக் குறைந்த கூலிக்கு ஒப்புக்கொண்டு விட்டதாக முறையிடுவாள் என்பது உண்மையே; என்றாலும் பத்து காசு கூடக் கொடுத்துவிட்டால் போதும், விஷயம் தீர்ந்துபோகும். இப்போதோ பெத்ரோவிச் மிகவும் நிதானத்தோடிருந்தான், இதனால் எரிச்சலும் புடைச்சலுமாக, எதற்கும் இணங்கிவராத மனநிலைமையில் விளங்கினான்; என்ன கூலி கேட்பானோ, சைத்தானுக்கெ வெளிச்சம். இதைப் புரிந்து கொண்ட அக்காக்கிய், வழக்குமொழியில் சொல்வதுபோல, மெதுவாக நழுவப் பார்த்தான், ஆனால் அதற்குள் சுணங்கி விட்டது: பெத்ரோவிச் தனது ஒற்றைக் கண்ணை இடுக்கிக்கொண்டு அவனையே உறுத்து நோக்கினான். அக்காக்கிய் வேறு வழியின்றி, "வணக்கம், பெத்ரோவிச்!" என்று சொல்ல வேண்டியதாயிற்று. பெத்ரோவிச் அவன் என்ன கொணர்ந்திருக்கிறான் என்று தெரிந்து கொள்ள அக்காக்கியின் கைகளையே குத்திட்டுப் பார்த்தவாறு, "வணக்கம், ஐயா, நலந்தானே?" என்று விசாரித்தான்.

"ம்ம்... நான் வந்து... பெத்ரோவிச், உன் கிட்டே... ஒரு காரியமாக..." என்றான் அக்காக்கிய் அக்காக்கியெவிச்.

அக்காக்கியின் பேச்சில் உருபிடைச் சொற்கள், வினையுரிச் சொற்கள், எவ்விதப் பொருளுமற்ற அசைகள் ஆகியவையே பெரும் பகுதி விரவிவரும் என்பதை இங்கே தெரிவித்து விடுவது அவசியம். விஷயம் கொஞ்சம் கடினமாயிருந்தால், வாக்கியங்களை முடிக்காமலே அந்தரத்தில் விட்டு விடுவது அவன் வழக்கம். "இது வந்து... முக்கியமாக என்னவென்றால்..." என்று ஆரம்பித்து விட்டு, சொல்ல வேண்டியதைச் சொல்லியாகி விட்டது என்ற நினைப்பில் வாக்கியத்தை முடிக்க மறந்து, அப்படியே தொங்கலில் விட்டு விடுவான்.

"என்ன கொண்டு வந்திருக்கிங்க?" என வினவிய பெத்ரோவிச் அதே சமயம் அக்காக்கியின் உடுப்பைக் கழுத்துப்பட்டையிலிருந்து தொடங்கி, கைகள், முதுகு, பின் நுனி, பொத்தான் துவாரங்கள் என்று ஆதி முதல் அந்தம் வரை தனது ஒற்றைக் கண்ணால் நோட்டமிட்டான். அது அவன் கைப்படத் தயாரித்ததாகையால் இவையெல்லாம்

அவனுக்கு மிகமிகப் பரிச்சயமானவையாயிருந்தன. உடையை இம்மாதிரிப் பார்வையிடுவது தையல்காரர்களின் தொன்று தொட்ட பழக்கந்தான்; வாடிக்கைக்காரர்களைக் கண்டதும் முதன் முதலாக அவர்கள் செய்வது இதுதானே.

"நான் வந்து... பெத்ரோவிச்... இந்த இதை... மேல்கோட்டு இருக்கே... துணி கொஞ்சம் போல... வந்து... இதோ... மற்ற எல்லா இடத்திலேயும் அழுத்தமாத்தான் இருக்கு... நல்ல அழுத்தமா... கொஞ்சம் தூசிபடிந்தாற்போல இருக்கு... பார்வைக்கு ஏதோ பழசாகி விட்டது போல... ஆனா புத்தம் புதிசு... ஏதோ ஓரிடத்தில் மட்டுந்தான் கொஞ்சம் போல... முதுகுப் பக்கம்... அப்புறம் தோள்பட்டையில் லேசாக விட்டுப் போயிருக்கு... அதோடு இந்தத் தோள்பட்டையிலும் கொஞ்சம் போல... இதோ... அவ்வளவுதான். வேலை ஒன்றும் பிரமாதமில்லை... " என்றான் அக்காக்கிய்.

2. பெத்ரோவிச் 'கப்போத்' என மற்ற எழுத்தர்கள் பெயரிட்டிருந்த மேல்கோட்டை வாங்கி, முதலில் மேசை மேல் பரப்பி, நீண்ட நேரம் பார்வையிட்டு விட்டுத் தலையை அசைத்துக் கொண்டே சன்னல் புறம் கையை நீட்டி, குறட்டில் இருந்த பொடி டப்பியை எடுத்தான். அதன் மேல் ஏதோ ஜெனரலின் உருவப்படம் பதிந்திருந்தது. ஆனால் யார் என்று தெரியாதபடி ஜெனரலின் முகமிருந்த இடம் விரலால் அழுத்தி உட்குழிக்கப்பட்டு அதன் மேல் சதுரக் காகிதத் துண்டு ஒட்டப்பட்டிருந்தது. ஒரு சிமிட்டாப் பொடி உறிஞ்சிய பின்பு பெத்ரோவிச் மேல்கோட்டைக் கையில் விரித்துப் பிடித்தவாறு வெளிச்சத்துக்கு நேரே காட்டி, மற்றொரு முறை பரிசீலனை செய்துவிட்டு மீண்டும் தலையை அசைத்தான். அப்புறம் உள்பக்கத்தை வெளியே புரட்டி நோட்டமிட்டவன், மறுபடியும் தலையை அசைத்து, ஜெனரல் உருவத்தின் முகத்தில் காகிதம் ஒட்டிய பொடி டப்பி மூடியைத் திறந்து, பொடியை மூக்கில் திணித்துக் கொண்டபின் டப்பியை மூடி ஒருபுறமாக வைத்து விட்டு, "ஊஹு்ம். ஒட்டுப்போட்டு மாளாது. நைந்து போன சங்கதி" என்று கடைசியில் வாய்மலர்ந்தான்.

3. இந்தச் சொற்களைக் கேட்டதுமே அக்காக்கியின் நாடி விழுந்துபோயிற்று. " ஏன் முடியாது, பெத்ரோவிச்? "என்று மன்றாடும் குழந்தை போன்ற குரலில் வினவினான். "அட

தோள்பக்கம் மட்டுந்தானே கொஞ்சம் போல விட்டுப் போயிருக்கு! உங்கிட்ட ஏதாவது துண்டுத்துணி இருக்குமே...” என்று அழாக்குறையாய்ச் சொன்னான்.

4. “துண்டுத்துணிக்கென்ன, கிடைக்கும், எத்தனை வேண்டுமானாலும் கிடைக்கும். ஆனா ஒட்டுத் தைக்கத் தான் முடியாது. இது ஒரேயடியா இத்துப் போன சமாச்சாரம். ஊசி பட வேண்டியதுதான், தும்பு தும்பாய்ப் போயிரும்” என்றான் பெத்ரோவிச்.

5. “தும்பு தும்பாய்ப் போகட்டுமே. உடனே சேர்த்து ஒட்டுப் போட்டு விடேன்.”

6. “அட என்ன சொல்றீங்க! ஒட்டை எதன் மேலே போடுறதாம்? கெட்டிப் படுத்திக்கிறதுதான் எப்படி? துணி என்று பெயர்தானே ஒழிய ஊதினாப் பறந்துபோகும்.”

7. “கிடக்கு, எப்படியாவது கெட்டிப்படுத்து. அப்படி ஒரேயடியாகச் சொன்னால் அப்புறம்!..”

8. பெத்ரோவிச் உறுதியாக “முடியாது” என்றான். “ஒன்னுமே செய்ய முடியாது. சங்கதி படு பாடாவதி. நான் சொல்றதைக் கேளுங்க. குளிர்காலம் வந்ததும் இதை நீள நீளப் பட்டியாகக் கிழிச்சு காலிலே சுத்திக்கங்க. என்னா காலுறையாலே கதகதப்பு உண்டாக்க முடியாது. இந்தக் காலுறை விவகாரம் இருக்கிறதே, இது ஜெர்மன்காரன் குயுக்தி, பணம் பறிக்க வழி(சமயம் வாய்த்த போதெல்லாம் ஜெர்மானியர்களைத் தூற்றுவதில் பெத்ரோவிச்சுக்குப் பிரியம்): மேல்கோட்டு விஷயத்தைப் பொறுத்த வரையில் நீங்க புதுசாத் தைத்துக் கொள்ள வேண்டியதுதான்” என்றான்.

9. “புதுசா” என்ற சொல் காதில் பட்டதுமே அக்காக்கியின் கண்கள் இருண்டன, அறையிலிருந்தவை எல்லாம் தாறுமாறாகச் சுழன்றன. அவனுக்குத் தெளிவாகப் பார்க்க முடிந்த ஒரே பொருள் பெத்ரோவிச்சின் பொடி டப்பி மூடிமேலிருந்த ஜெனரலின் காகிதம் ஒட்டிய முகம் மட்டுமே.

10. “புதுசாவது, ஒன்னாவது? விளங்கலே” என இன்னும் ஏதோ கனவு காண்பவன் போலக் கூறிய அக்காக்கிய் அக்காக்கியெவிச், “அதுக்கு வேண்டிய பணம் எங்கிட்ட இல்லையே” என்றான்.

11. பெத்ரோவிச்சோ, மிருகத்தனமான அலட்சிய பாவத்துடன், “ஆமாம், புதுசாத் தைத்துக் கொள்ள வேண்டியதுதான்” என மறுபடியும் சொன்னான்.

12. “ஊம்... அப்படிப் புதுசுதான் வேண்டும் என்றால் அதற்கு எப்படி... என்ன...”

13. “அதாவது, என்ன செலவாகும்ணு கேட்கிறீங்களா?”

14. “ஆமாம்.”

15. “ம்ம்... ஐம்பது ரூபிள் நோட்டு மூனைத் தனியா எடுத்து வைக்க வேண்டியது தான்” என்று அர்த்தபாவனையுடன் உதடுகளைக் குவித்துக்கொண்டான் பெத்ரோவிச்.

16. மற்றவர்களுக்கு கடுமையான அதிர்ச்சி ஏற்படுத்துவதில் பெத்ரோவிச்சுக்கு மிகவும் விருப்பம். ஒருவனைத் திடீரென மண்டையில் சாத்துவது போல ஏதாவது சொல்லிவிட்டு, அவன் எப்படித் திக்குமுக்காடுகிறான் என்று ஓரக்கண்ணால் பார்ப்பது அவனுக்கு மிகவும் பிடித்தமானது.

17. “மேல்கோட்டுக்கு நூற்றைம்பது ரூபிளா!” என்று கத்தி விட்டான் பாவம் அக்காக்கிய். எப்போதும் தணிந்த குரலில் பேசுவதையே சிறப்பியல்பாகக் கொண்ட அவன் வாழ்க்கையிலேயே உரக்கக் கத்தியது இதுதான் முதல் தடவை போலும்.

18. “ஆமாம், ஐயா. அதுவும் எந்த மாதிரிக் கோட்டு என்பதைப் பொறுத்தது. கழுத்துப் பட்டைக்கு மார்ட்டன் மென்மயிர்த் தோலும் குல்லாவுக்குப் பட்டு உள்துணியும் வைச்சா இரு நூறு வரை பிடிக்கும்” என்றான் பெத்ரோவிச்.

19. தையல்காரன் சொல்வதைக் காதில் போட்டுக் கொள்ளாமலும் கேட்க முயலாமலும் அவன் விளைத்த அதிர்ச்சியைப் பொருட்படுத்தாமலும் அக்காக்கிய் கெஞ்சும் குரலில், “இந்தாப் பாரு, பெத்ரோவிச். கொஞ்சம் தயவு பண்ணேன். இன்னும் சிறிது காலத்துக்கு உபயோகிக்கிறது மாதிரி எப்படியாவது தைத்துக் கொடேன்” என்று குழைந்தான்.

20. “அதுதான் முடியாதுன்னு சொன்னேனே. பாடும் பாழ், பணமும் வீண் விரயம்” என்றான் பெத்ரோவிச்.

21. இதைக் கேட்டபின் அக்காக்கிய் ஒரேயடியாக உளஞ் சோர்ந்து அங்கிருந்து அகன்றான். தையல்காரனோ, அவன் சென்ற பிறகும் வெகு நேரம் வரை வேலையைத் தொடராமல் உதடுகளை அர்த்தபாவனையுடன் குவித்தவாறு நின்று கொண்டிருந்தான். தன்னையும் தாழ்த்திக் கொள்ளவில்லை, தையல் கலையையும் இழிவு படுத்தவில்லை என்ற எண்ணம் அவனுக்கு மன நிறைவளித்தது.

22. வீதிக்கு வந்த அக்காக்கிய் கனவுகாண்பவன் போலிருந்தான். “ஆக விஷயம் அப்படியாக்கும். ஊம்?” என்று வாய்க்குள் முணுமுணுத்துக் கொண்டான். “இந்த அளவுக்கு வரும் என்று நான் உண்மையில் நினைக்கலே...” என்று கூறி விட்டு, சற்று நேர மௌனத்துக்குப் பின், தொடர்ந்தான்: “ஆக விஷயம் கடைசியில் இப்படியாச்சு! இந்த நிலை வரும் என்று கொஞ்சம் கூட நினைக்கலே...” மீண்டும் நீண்ட மௌனம். அப்புறம் அவன், “அப்படியா சேதி! அட இந்த மாதிரி வரும் என்று நிச்சயமாக எதிர்பார்க்கலே... அடேயப்பா, என்ன விபரீதம்... எவ்வளவு சங்கடமான நிலைமை!” என்றான்.

23. இப்படி முணுமுணுத்து விட்டு, எங்கு போகிறோம் என்பதைக் கவனிக்காமலே, வீடு செல்லும் வழிக்கு நேர் எதிர்த் திக்கில் விடுவிடென்று நடந்தான். புகைக் குழாய் சுத்தம் செய்பவன் ஒருவன் பாதையில் எதிர்ப்பட்டு, தனது கரி படிந்த விலாவால் அவன்மேல் உராய்ந்து அவன் தோளைக் கருப்பாக்கி விட்டான்; கட்டுமானம் நடந்து கொண்டிருந்த ஒரு வீட்டின் உச்சியிலிருந்து கையளவு காரை அவன் மீது பொத்தென்று விழுந்தது. அவனோ, இவை எவற்றையும் கவனிக்கவே இல்லை. நீள்பிடிக் கோடரியைப் பக்கத்தில் சாய்த்து வைத்து விட்டு, கொம்புச் சிமிழிலிருந்து மூக்குத் தூளைக் குழித்த கைமுட்டிமேல் தூவிக் கொண்டிருந்த போலீஸ்காரன் ஒருவன் மேல் முட்டிக் கொண்ட போதுதான் அவனுக்குக் கொஞ்சம் உணர்வு வந்தது. அதுவும் போலீஸ்காரன் அவனைப் பார்த்து, “ஏய், என்ன மோதுறே? இடம் போதலையோ நடை பாதையில்?” என்று அதட்டியதனால். இந்த அதட்டல் அவனைச் சுற்று முற்றும் பார்க்க வைக்கவே அவன் நடையை வீட்டை நோக்கித் திருப்பினான்.

24. வீடு சேர்ந்தபின்புதான் அவன் தன் எண்ணங்களை ஒழுங்குபடுத்தி, தனது நிலைமையை உள்ளபடியே தெளிவாகக் கண்டு, விஷயத்தைத் தனக்குத் தானே விவாதிக்கலானான் - அரைகுறை வாக்கியங்களில் அல்ல, யுக்திப் பொருத்தமாகவும் ஒளிவுமறைவின்றியும் - அந்தரங்கமான சொந்த விஷயங்களைப் பேசுவதற்குத் தகுதிவாய்ந்த அறிவொளி நண்பனிடம் உரையாடுவது போல.

25. "ஊஹூம். முடியாது. பெத்ரோவிச்சிடம் இப்போது பேசுவது கூடாது. வீட்டுக்காரியிடம் செம்மையாக வாங்கிக் கட்டிக் கொண்டிருக்கிறான் போலிருக்கிறது, அதுதான் அப்படி. ஞாயிற்றுக்கிழமை காலையில் போய்ப் பார்க்கிறேன், அதுதான் நல்லது. சனிக்கிழமை ராத்திரி பூராவும் குடித்ததன் விளைவாக மறு நாள் காலையில் ஒற்றைக் கண்ணை இடுக்கிக்கொண்டு உறங்கி வழிந்தபடி, மறுபடி ஊக்கம் வருவதற்கு ஒரு கிளாஸ் குடித்தால் நன்றாயிருக்குமே என்று தவியாய்த் தவித்துக் கொண்டிருப்பான். மனைவியோ பணம் கொடுக்கமாட்டாள். ஆகவே நான் வந்து பத்துக் காசோ, கொஞ்சம் அதிகமோ கொடுத்தால் தானே வழிக்கு வருவான், அப்போது மேல்கோட்டைப் பற்றி... என்ன நான் சொல்கிறது..."

26.இவ்வாறு தனக்குள் எண்ணிக் கொண்ட அக்காக்கிய் அக்காக்கியெவிச் பெருத்த ஆறுதல் அடைந்து, ஞாயிறு எப்போது வரும் என எதிர்பார்த்திருந்தான். ஞாயிறும் வந்தது. பெத்ரோவிச்சின் மனைவி வீட்டைவிட்டு எங்கோ கிளம்பிச்செல்வதைத் தொலைவிலிருந்தபடியே பார்த்துக் கொண்டிருந்த அக்காக்கிய் அக்காக்கியெவிச் நேரே வீட்டிற்குள் புகுந்தான். பெத்ரோவிச் சனிக்கிழமை இரவுக் களியாட்டத்தின் விளைவாக உண்மையிலேயே கடுமையாக மாறுகண் போட்டுக் கொண்டு, தொங்கும் தலையைச் சிரமத்துடன் நிமிர்த்தி வைத்தவாறு தூங்கி வழிந்தான்; இவ்வளவெல்லாமிருந்தும் அக்காக்கிய் அக்காக்கியெவிச் வந்த காரியம் என்ன என்று தெரிந்ததுமே, ஏதோ சைத்தான் விலாவிலே குத்தி விட்டது போலத் துள்ளி நிமிர்ந்து, "முடியவே முடியாது. புதுக் கோட்டு தைக்க கொடுங்க" என்று சொல்லிவிட்டான். அக்காக்கிய் அக்கணமே பத்துக்காசை அவன் கையில் திணித்தான். "ரொம்ப நன்றி, உங்களை வாழ்த்திக் குடித்துக் கொஞ்சம் தெம்பு ஏத்திக்கிறேன். ஆனா

மேல்கோட்டைப் பற்றி வீணாகக் கவலைப்படாதீங்க. அது இனி எதுக்கும் உருப்படாது. புதுக் கோட்டுக்கு அளவு கொடுங்கள், அருமையா தைத்துத் தருகிறேன். அது மட்டும் நிச்சயம்" என்றான் பெத்ரோவிச்.

27. அக்காக்கிய் பழங்கோட்டைப் பழுதுபார்ப்பது பற்றி இன்னும் ஏதோ சொல்ல வாயெடுத்தான். ஆனால் பெத்ரோவிச் அவன் பேச்சைக் காதிலேயே வாங்கிக்கொள்ளாமல், "புதிய மேல்கோட்டு கட்டாயமாகத் தைத்துத் தருகிறேன். என்னால் முடிந்த வரையில் நல்லாச் செய்து தாறேன். புது பாணிக்கேற்ப காலருக்கு வெள்ளிக் கிளிப்பு வைக்க வேண்டி வந்தாலும் வரலாம்" என்று கூறினான்.

28. புதுக் கோட்டு இல்லாமல் தீராது என்பதை அப்போது தான் அக்காக்கிய் உணர்ந்தான். அவன் இதயத் துடிப்பு நின்றது போல் ஆகிவிட்டது. எப்படித் தைத்துக்கொள்வது? எதைக் கொண்டு? எந்தப் பணத்தால்? விழாக் கால சிறப்பூதியம் ஒருவேளை கிடைக்கலாம் என்பது உண்மையே. ஆனால் அந்தப் பணத்தைத்தான் முன் கூட்டியே பங்கீடு செய்து ஒதுக்கி வைத்தாகி விட்டதே. புதுக் காற்சட்டை வாங்காமல் முடியாது; அப்புறம் பழைய காலணிகளுக்குப் புதிதாக மேல்தோல் தைத்துக்கொடுத்த செம்மானுக்குக் கடனைத் தீர்த்தாக வேண்டும்; தையல்காரியிடம் மூன்று சட்டைகளும், பெயர் குறிப்பிட முடியாத உள்ளாடைகளும் தைக்கக் கொடுக்க வேண்டும்; ஆகமொத்தம் போனஸ் பணம் பூராவும் ஒரு காசு பாக்கியில்லாமல் செலவழித்தாக வேண்டும். ஒருவேளை இயக்குநர் பெரிய மனது பண்ணி விழாக்கால போனஸ் தொகையை நாற்பது ரூபிள் ஆக்கினார் என்றே வைத்துக் கொண்டாலுங்கூட, மிஞ்சுவது என்னவோ, மேல்கோட்டுக்கு வேண்டிய முதலோடு ஒப்பிட்டால் கடலில் துளி போலச் சொற்பந்தானே. பெத்ரோவிச் சில வேளைகளில் வெறி கொண்டவன் போல அளவு மதிப்பில்லாமல் வாய்க்கு வந்த விலையைச் சொல்லிவிடுவான் என்பது அவனுக்குத் தெரியும். தையல்காரனின் மனைவி கூட, "ஏய், மூளை புரண்டுபோச்சா, கேட்கிறேன், மடையா! மற்றச் சமயங்களில் அடிவிலைக்குச் செய்து கொடுக்க ஒத்துக் கொள்றே. இப்ப என்னடான்னா உன் பெறுமானத்துக்கும் அதிகமான தொகையைக் கேட்கிறே!" என்று விளாசுவாள். இதெல்லாம் அக்காக்கிய் அறிந்ததுதான். எண்பது ரூபிளுக்குக்

கோட்டு தைத்துக்கொடுக்க பெத்ரோவிச் இணங்குவான் என்பதை அவன் அறிந்திருந்தான். இருந்த போதிலும், எண்பது ரூபிளுக்கு எங்கே போவது? இந்தத் தொகையில் பாதி வேண்டுமானால் கிடைக்கும்: பாதித் தொகைக்குக் கொஞ்சம் கூடுதலாகவே கிடைத்துவிடும். மற்றப் பாதிக்கு எங்கே போவது?

29. பாதித் தொகை எங்கிருந்து கிடைக்கும் என்பதை வாசகர்கள் முதலில் தெரிந்துகொள்வது அவசியம்.

30. செலவழிக்கும் ஒவ்வொரு ரூபிளிலும் அரைக் காசை, பூட்டிய உண்டியல் பெட்டியில் போட்டு வைப்பது அக்காக்கியின் வழக்கம். ஆறு மாதங்களுக்கு ஒரு முறை சேர்ந்த செப்புக் காசுகளையெல்லாம் வெள்ளி நாணயங்களாக மாற்றிக்கொள்வான். இப்படி அவன் நீண்ட காலமாகச் சேர்த்துவந்த படியால், பல ஆண்டுகளில் நாற்பது ரூபிளுக்கும் மேலே சேர்ந்துவிட்டது. ஆகவே தேவைப்பட்ட தொகையில் பாதி அவன் கையிலிருந்தது; ஆனால் மறுபாதிக்குப் போவதெங்கே? இன்னும் நாற்பது ரூபிள் எங்கிருந்து கிடைக்கும்?

31. அக்காக்கிய் திரும்பத் திரும்ப யோசனை செய்தபின், குறைந்தது ஓர் ஆண்டிற்காவது சாதாரண செலவுகளைக் குறைத்துக்கொள்ள வேண்டும் என்று தீர்மானித்தான்; அதாவது மாலை நேரத் தேநீரை நிறுத்த வேண்டும்; இரவில் மெழுகுவத்தி எரிப்பதைத் தவிர்க்க வேண்டும், வேலை இருந்தால் வீட்டுச் சொந்தக்காரியின் அறைக்குப் போய் அவளது விளக்கு வெளிச்சத்தில் செய்ய வேண்டும்; தெருவில் போகும் போது, காலணி அடிப்பாகம் சீக்கிரம் தேய்ந்து விடாமலிருக்க கூழாங்கல்லோ தட்டைக்கல்லோ பாவிய இடங்களில் முடிந்த வரை மெதுவாக அடி வைத்து, நுனிக்காலால் நடப்பது போல நடக்க வேண்டும்; துணிகளை அபூர்வமாக எப்போதாவது தான் வெளுக்கப் போட வேண்டும்; அவை நைந்து விடாமலிருக்கும் பொருட்டு, ஒவ்வொரு தடவையும் வீடு திரும்பியதுமே அவற்றைக் களைந்துவிட்டு, ட்வில் அங்கியை மட்டுமே (காலமே இரக்கங்கொண்டு விட்டு வைத்திருந்த மிகப் பழைய ஆடை இது) அணிய வேண்டும் என நிச்சயித்தான். உண்மையாகச் சொன்னால், அக்காக்கிய் அக்காக்கியெவிச்சுக்கு இம்மாதிரி கட்டுச் செட்டாக இருப்பது

முதலில் மிகவும் கஷ்டமாகத் தானிருந்தது; பின்னால் அவனுக்குப் பழக்கமாகிவிடவே எல்லாம் சுளுவாய்ப் போயிற்று; மாலையில் பட்டினி கிடப்பது கூட அவனுக்கு உறைக்கவில்லை, ஏனெனில் அவனது எண்ணங்கலெல்லாம் வரப்போகும் மேல்கோட்டைப் பற்றிய யுக முக்கியத்துவம் வாய்ந்த கருத்தாலேயே நிறைந்திருந்தபடியால் ஆன்மீக உணவு அவனுக்கு ஏராளமாகக் கிடைத்துவந்தது. தன்னுடைய வாழ்வே முன்னைவிட இப்போது அதிக முழுமை பெற்றது போலவும் தான் மணந்து கொண்டுவிட்டது போலவும் தன் அருகே யாரோ இருப்பது போலவும் தான் தனியாள் அன்று என்பது போலவும் அன்புக்குகந்த தோழி ஒருத்தி தந்து வாழ்க்கைத் துணைவியாக இணங்கி விட்டது போலவும் அவனுக்குத் தோன்றியது & இந்தத் தோழி வேறு யாருமல்ல, கனமாகப் பஞ்சு வைத்து, என்றுங்கிழியாதபடி அழுத்தமான உள்துணி கொடுத்துத் தைத்த அதே மேல்கோட்டுத்தான். அவன் முன்னைக் காட்டிலும் அதிகக் குதூகலமாகவும், திட்டவட்டமான லட்சியத்தை நிர்ணயித்துக்கொண்டு அதை நோக்கி முன்னேறுகின்ற சுபாவத்தில் அதிக உறுதியுடனும் விளங்கினான். அவன் முகத்திலிருந்தும் செயல்களிலிருந்தும் ஐயப்பாடும் நிச்சயமின்மையும், சுருக்கமாகச் சொன்னால் அவன் சுபாவத்திலிருந்த உறுதியற்ற ஊசலாட்டமெல்லாம் தானாகவே மறைந்து போயிற்று. சிற்சில சமயம் அவன் விழிகளில் ஒளி சுடரும், மூளையில் மிகமிக அடாத, துணிகரம் நிறைந்த கருத்துகள் மின்வெட்டுப் போலப் பளிச்சிடும் & அதாவது, மார்ட்டன் மென்மயிர்த் தோல் காலருக்கே ஆர்டர் கொடுத்து விட்டால் என்ன என்று. புது மேல்கோட்டைப் பற்றிய இந்தச் சிந்தனைகள் எல்லாம் அலுவலக வேலையில் அவன் மனம் அநேகமாக ஈடுபடாதவாறு அடித்துவிட்டன. விளைவாக ஒரு முறை ஓர் ஆவணத்தை நகலெடுக்கையில் பிழை செய்ய இருந்து “ஐயையோ!” என்று உரக்கக் கத்தி, சிலுவைக் குறி இட்டுக்கொண்டான். மாதம் ஒரு முறையாவது பெத்ரோவிச்சைச் சென்று கண்டு, மேல்கோட்டைப் பற்றியும், துணியை எங்கே வாங்குவது நல்லது, எந்த நிறத்தில், என்ன விலையில் என்றெல்லாம் சர்ச்சை செய்துவிட்டு, முகத்தில் ஓரளவு கவலை தென்பட்ட போதிலும், விரைவில் இதையெல்லாம் வாங்கி விடுவோம்,

மேல்கோட்டு தயாராகிவிடும் என்ற மனத் திருப்தியுடன் வீடு திரும்புவான்.

32. உண்மையில் அவன் கனவு கண்டதை விட வெகு முன்னதாகவே எல்லாம் நடந்தேறியது. அவன் எதிர்பார்த்ததற்கு மாறாக இயக்குநர் அக்காக்கிய் அக்காக்கியெவிச்சுக்கு நாற்பதோ நாற்பதைந்தோ அல்ல, முழுதாக அறுபது ரூபிள் போனஸ் வழங்கினான்! இவனுக்கு மேல்கோட்டு தேவை என்பதை இயக்குநர் ஊகித்துக்கொண்டானா தற்செயலாக இப்படி நிகழ்ந்ததா, தெரியாது. எப்படியோ இந்த வகையில் மட்டுமே அதிகப்படியாக இருபது ரூபிள் கிடைத்துவிட்டது. இது வேலையைத் துரிதப்படுத்தியது. மேற்கொண்டு இரண்டு மூன்று மாதங்கள் குறைப்பட்டினியாகக் கழித்தபின் அவனிடம் ஏறக்குறைய எண்பது ரூபிள் உண்மையாகவே சேர்ந்து விட்டது. சாதாரணமாக நிம்மதியாயிருக்கும் அவன் நெஞ்சு படபட வென்று அடித்துக்கொண்டது. மறு நாளே பெத்ரோவிச்சையும் அழைத்துக்கொண்டு கடைக்குப் போனான். மிக அருமையான துணி வாங்கினார்கள். இதில் வியப்பொன்றுமில்லை: ஆறு மாதங்களுக்கு மேலாக முன்யோசனை செய்து, மாதந்தவறாமல் கடைகளில் சுற்றிப் பார்த்து விலையை நிதானப்படுத்திக் கொண்ட விஷயமாயிற்றே இது! இதன் விளைவாகத்தான், பெத்ரோவிச்சே கூறினான்: “இதைக் காட்டிலும் உயர்வான துணி கிடையவே கிடையாது.” உள்ளே கொடுத்துத் தைப்பதற்குக் காலிக்கோதான் என்றாலும் நல்ல ரகத்தில் உறுதியான துணி வாங்கினார்கள். அது பட்டைவிட எவ்வளவோ மேல் என்றும் உண்மையாகவே பார்வைக்கு அதிக எடுப்பாகவும் மழமழப்பாகவும் இருக்கிறதென்றும் பெத்ரோவிச் சொன்னான். மார்ட்டன் மென்தோல் மெய்யாகவே கிராக்கி ஆனபடியால் அவர்கள் அதை வாங்காமல் அதற்குப் பதிலாக, கடைவீதியில் உள்ளவற்றுள் மிகமிக உயர்வான பூனைத் தோலை - தூரப்பார்வைக்கு மார்ட்டன் போலவே காணப்படும் - வாங்கிக்கொண்டார்கள். பெத்ரோவிச் இரண்டே வாரங்களில் தைத்து முடித்துவிட்டான் - அதுவும் ஏகப்பட்ட பஞ்சுபற்றை உள்ளே கொடுக்க வேண்டி இருந்தது, இல்லாவிடில் இன்னும் முன்னதாக முடித்திருப்பான். தன் வேலைக்குக் கூலியாகப் பன்னிரண்டு ரூபிள் வாங்கிக் கொண்டான் - கூலியை மேலும் குறைப்பதற்கு வழியே இல்லை; மெல்லிதாக இரட்டை

மடிப்புக் கொடுத்து முழுதும் பட்டு நூலால் தைத்து, அப்புறம் ஒவ்வொரு மடிப்பையும் பற்களால் அழுத்திச் சீர்படுத்தி, மடிப்புக்களின் மேல் பலவிதத் தடங்களைப் பதிய வைத்திருந்தான் பெத்ரோவிச்.

33. அந்த நாள்... நிச்சயமாக எந்த நாள் என்று குறிப்பிடுவது கடினம். எனினும், பெத்ரோவிச் கடைசியில் மேல்கோட்டைக் கொண்டுவந்து கொடுத்த அந்த நாள், அக்காக்கியின் வாழ்க்கையில் மிகப் பெரிய முக்கியத்துவமுள்ள நாள் என்பதில் சந்தேகமே இல்லை. பெத்ரோவிச் அதைக் கொண்டுவந்தது அதிகாலையில், அக்காக்கிய் அலுவலகம் புறப்படுவதற்கு சற்று முன்பு. கடுங் குளிர்காலம் அப்போதுதான் தொடங்கியிருந்தது, குளிரின் கடுமை நாளுக்கு நாள் அதிகரித்துக் கொண்டு போவதற்கான அறிகுறிகள் தென்பட்டன. ஆகவே, வேறு எந்தச் சமயத்திலும் மேல்கோட்டின் வருகை இப்போது போல இவ்வளவு உவப்பாக இருந்திராது. பெத்ரோவிச் நல்ல தையல்காரனுக்கு உரிய தோரணையில் தானே மேல்கோட்டை எடுத்துக்கொண்டு வந்து சேர்ந்தான். அவன் முகத்தில் அப்போது திகழ்ந்தது போன்ற ஆழ்ந்த கம்பீரத்தை அக்காக்கிய் முன்னர் கண்டதே இல்லை தான் சாதித்த காரியம் சாதாரணமானது அன்று என்பதையும் பழங்கோட்டின் உள்துணியை மட்டும் மாற்றித் தைப்பவர்கள் அல்லது அதைப் பழுதுபார்ப்பவர்களான தையல்காரர்களிலிருந்து புதுக் கோட்டுக்கள் தயாரிக்கும் தையல் கலைஞர்களை வேறு பிரிக்கும் பெரிய வித்தியாசத்தைத் தான் வெளிப்படுத்திக் காட்டிவிட்டதையும் அவன் முழுமையாக உணர்ந்திருந்தது புலப்பட்டது. மேல்கோட்டைப் பெரிய கைகுட்டையால் சுற்றிக்கொண்டு வந்திருந்தான்; அப்போதுதான் வெளுத்து வந்த கைக்குட்டை அது; பிரித்த அப்புறமே அதை மடித்து, உபயோகிப்பதற்காகப் பைக்குள் வைத்துக்கொண்டான். கோட்டை வெளியிலெடுத்து, கர்வந்தோன்றச் சுற்றுமுற்றும் பார்த்தான், இரு கைகளாலும் அதைப் பிடித்துக்கொண்டு அக்காக்கியின் தோள்கள் மீது லாவகமாகப் போட்டான்; பிறகு அதை இழுத்து விட்டுக் குனிந்து, பின் பக்கம் கையால் தேய்த்துச் சுருக்கங்களைப் பிரித்துச் சீர்படுத்தினான்; அப்புறம் அதை அக்காக்கிய் அக்கக்கியெவிச்சின் உடலைச் சுற்றி, முன்பக்கம் கொஞ்சம் போலத் திறந்திருக்கும்படி மாட்டினான். இளமை கடந்துபோன அக்காக்கிய்,

கரங்களைக் கோட்டுக் கைகளுக்குள் நுழைத்து அளவு பார்க்க விரும்பவே, பெத்ரோவிச் கைகளை நுழைக்க அவனுக்கு உதவி செய்தான். அவ்வாறு அணிந்து கொண்டபோதும் கோட்டு சரியாயிருந்தது. மேல்கோட்டு கச்சிதமாகப் பொருந்தியிருந்ததில் சந்தேகமே இல்லை. பெத்ரோவிச் இந்தச் சந்தர்ப்பத்தை நழுவ விடாமல், தான் விளம்பரப் பலகை மாட்டிக்கொள்ளாமல் சின்னத் தெருவில் குடியிருப்பதனாலும், அக்காக்கியை நெடுங்காலமாக அறிந்திருப்பதனாலுமே மேல்கோட்டு தைப்பதற்கு இவ்வளவு குறைவாகக் கூலி வாங்கியதாகச் சொல்லிக்கொண்டான். நெவ்ஸ்கிய் வீதியிலே கொடுத்திருந்தால் தையல் கூலி மட்டுமே எழுபத்தைந்து ரூபிள் வாங்கிக்கொண்டு விட்டிருப்பார்கள் என்றான். அக்காக்கிய் இந்த விஷயம் பற்றிப் பெத்ரோவிச்சுடன் விவாதிக்க விரும்பவில்லை, தவிர, பெருமையடிக்க பெத்ரோவிச் அள்ளிவீசிய பெரும் தொகைகள் அவனுக்குக் கலவரமூட்டின. தையல்காரனுக்குக் கூலி கொடுத்து நன்றி கூறிவிட்டு, அக்கணமே புதிய மேல்கோட்டை அணிந்துகொண்டு அலுவலகத்திற்கு கிளம்பினான். பெத்ரோவிச் வீதிவரை வந்து அவனை வழியனுப்பிவிட்டு, ஒரே இடத்தில் நின்று, தான் தைத்த கோட்டின் பின் அழகை நெடு நேரம் வரை பார்த்துக் கொண்டிருந்து விட்டு பிறகு, குறுக்குச் சந்து வழியாகப் பாய்ந்து சென்று தன் படைப்பான கோட்டை மீண்டுமொரு முறை வேறு கோணத்திலிருந்து, அதாவது முன் புறமிருந்து நோக்கும் பொருட்டு வீடு செல்லும் வழியை விட்டு வேண்டுமென்றே விலகி ஓடினான்.

34. இதற்கிடையில் அக்காக்கிய் இன்ப வெள்ளத்தில் திளைத்து களிப்பே உருவாய் நடந்தான். தான் புதிய மேல்கோட்டு அணிந்திருப்பதை அவன் கணமேனும் மறக்கவில்லை. உள்ளிருந்து பொங்கிய மன நிறைவால் பலமுறை புன்முறுவல் பூத்தான். உண்மையாகவே கோட்டில் இரண்டு அனுகூலங்கள் இருந்தன: முதலாவது, கதகதப்பாயிருந்தது; இரண்டாவது, நன்றாகத் தைக்கப்பட்டிருந்தது. நடப்பதைக் கூட உணராமல் மிதந்து சென்றவன், திடீரென்று தான் அலுவலகம் சேர்ந்து விட்டதைக் கண்டான். நடையில் மேல்கோட்டைக் கழற்றி, முன்னும் பின்னும் நன்றாகப் பார்வையிட்டு, வாயில் காப்போனின் விசேஷப் பொறுப்பில் ஒப்படைத்தான். அக்காக்கிய் புதிய மேல்கோட்டு தைத்துக்கொண்டு விட்டான்,

தேவமலர் | 89

பழைய ‘கப்போத்’ காலாவதியாகிவிட்டது என்ற செய்தி எப்படியோ துறை முழுவதிலும் நொடியில் பரவி விட்டது. அந்தக் கணமே எல்லாரும் அவனது மேல்கோட்டைப் பார்வையிடுவதற்காக் வாயில் காப்போனருகே ஓடினார்கள். வாழ்த்துக்களும் வரவேற்பு மொழிகளும் அவன்மீது பொழியலாயின. முதலில் அக்காக்கிய் புன்னகை மட்டுமே புரிந்தான், பின்பு அவனுக்குக் கூச்சமாயிருந்தது. அப்புறம் எல்லாரும் அவனைச் சூழ்ந்துகொண்டு புதிய மேல்கோட்டு வந்ததைக் கொண்டாட வேண்டுமென்றும், தங்களெல்லாருக்கும் ஒரு விருந்தாவது கொடுக்க வேண்டுமென்றும் வற்புறுத்தத் தொடங்கவே அக்காக்கிய் ஒரேயடியாகக் குழப்பமடைந்து, என்ன செய்வது, என்ன சொல்வது, இந்த எக்கச்சக்கமான நிலைமையிலிருந்து எப்படி விடுபடுவது எனத் தெரியாமல் திகைத்தான். சில நிமிடங்களுக்கு அப்புறம் அவன், முகமெல்லாம் கன்றிச் சிவக்க, அது புதிய கோட்டே இல்லையென்றும், இப்படித்தான் ஏதோ என்றும், பழங்கோட்டே தான் என்றும் சிரித்து மழுப்பினான். கடைசியில் எழுத்தர்களில் ஒருவன், அதுவும் அலுவலகத்தின் உதவித் தலைமை எழுத்தன், தான் அகந்தை பிடித்தவனே அன்று, கீழ்நிலையிலிருப்பவர்களையும் ஆளாக மதிப்பவன் எனக் காட்டிக்கொள்வதற்காகவே, “அப்படியே இருக்கட்டும்! அக்காக்கிய் அக்காக்கியெவிச்சுக்குப் பதிலாக நான் கொடுக்கிறேன் விருந்து. இன்று மாலை தேநீர் விருந்துக்கு என் வீட்டுக்கு வரும்படி எல்லாரையும் கேட்டுக்கொள்கிறேன். அதோடு கூட இன்று என் பெயர் நாளும் வாய்த்துக் கொண்டது” என்றான். எழுத்தர்கள் அனைவரும் இயல்பாகவே அவனுக்கு வாழ்த்துக் கூறி அவனது அழைப்பை விருப்புடன் ஏற்றுக் கொண்டார்கள். அக்காக்கிய் தனக்கு வசதிப்படாது என்று சொல்லிப் பார்த்தான். ஆனால் அது நடவாதெனவும், வெட்கக்கேடு, அவமானம் எனவும் எல்லாரும் சேர்ந்து ஒரே போடாய்ப் போடவே, அவன் தப்பிக்க வகையிலாது போயிற்று. ஆயினும், இதைச் சாக்கிட்டுச் சாயங்காலமும் மேல்கோட்டைப் போட்டுக்கொண்டு நடக்கலாம் என்பது பிறகு நினைவுக்கு வந்ததும் அவனுக்கு மகிழ்ச்சி ஏற்பட்டது.

35. அன்று முழுவதுமே அக்காக்கிய் அக்காக்கியெவிச்சுக்கு மாபெருந் திருநாளாகத் திகழ்ந்தது. உவகை ஊற்றெடுத்துப் பொங்க வீடு திரும்பினான், மேல்கோட்டைக் கழற்றி

நிதானமாகச் சுவரில் மாட்டினான், மேல்துணியையும், உள்துணியையும் பார்த்து மகிழ்ந்த வண்ணம் சிறிது நேரம் நின்றான், அப்புறம் நைந்து திரித்திரியாய்ப் போயிருந்த பழங்கோட்டை வேண்டுமென்றே வெளியிலெடுத்து, புதுக் கோட்டுடன் ஒப்பிட்டு பார்த்தான். பழங்கோட்டைப் பார்த்ததும் அவனுக்கே சிரிப்பு வந்தது; புதிதிற்கும் பழையதற்கும் அவ்வளவு வித்தியாசம்! சாப்பிடும் வேளை முழுவதும் தனது 'கப்போத்' இருந்த அவல நிலையை எண்ணி எண்ணி முறுவலித்த வண்ணமாயிருந்தான். சந்தோஷமாகச் சாப்பிட்டான், சாப்பாடு முடிந்த பிறகு நகல் எழுதவில்லை, ஓர் ஆவணங் கூட நகல் எடுக்கவில்லை, அந்தி சாயும் வரை கட்டிலில் படுத்துப் பேரின்பம் கண்டான். பின்பு வீண் காலங்கடத்தாமல் மளமளவென்று உடையணிந்து, மேல்கோட்டைத் தோளில் மாட்டிக்கொண்டு வீதிக்கு வந்தான்.

36. தேநீர் விருந்தளித்த எழுத்தன் திட்டமாக எங்கே வசித்து வந்தான் எனக் கூற முடியாததற்கு வருந்துகிறோம். நமது நினைவாற்றல் தீவிரமாகப் பிசகத் தொடங்கியிருக்கிறது; பீட்டர்ஸ்பர்க் நகரில் உள்ளவை எல்லாம், எல்லாத் தெருக்களும் வீடுகளும், நமது மூளையில் ஒன்றோடொன்று கலந்து குழம்பியிருப்பதால், அவற்றை ஒழுங்குபடுத்திக் காண்பது கொஞ்சம் கடினந்தான். அது எப்படியாயினும் விருந்து கொடுத்த எழுத்தன் நகரின் மிக நல்ல பகுதி ஒன்றில் வசித்தான் என்பது மட்டும், அதாவது அக்காக்கியின் வீட்டு அருகாமையிலேயே வசிக்கவில்லை என்பது மட்டும் சந்தேகத்துக்கு இடமற்ற விஷயம். முதலில் அக்காக்கிய ஆள் நடமாட்டமற்ற விளக்கு வெளிச்சம் குறைந்த தெருக்கள் வழியே செல்ல நேர்ந்தது. ஆனால் அவன் உதவி தலைமை எழுத்தனின் இல்லத்தை நெருங்க நெருங்க வீதிகள் கலகலவென்று மக்கள் நிறைந்து பளிச்சிடும் விளக்கு வசதிகளோடு விளங்கின. ஆட்கள் அதிகமாக எதிர்ப்பட்டார்கள். ஒயிலாக உடையணிந்த மாதர் தென்பட்டனர், ஆடவர் பலர் விலையுயர்ந்த நீர்நாய்த்தோல் காலருடன் இலகினார்கள். பித்தளைக் குமிழ்கள் பதித்தமாக் கிராதி வடிவான வாடகை ஸ்லெட்ஜுகளுடன் ஏழைக் கிராம வண்டிக்காரர்கள் அரிதாகவே காணப்பட்டனர்; மாறாக வண்டிக்காரர்கள் பெரும்பாலும் சிவப்பு மகமல்

தொப்பியணிந்து எடுப்பான தோற்றத்துடன் விளங்கினார்கள். அவர்களது ஸ்லெட்ஜுகள் அரக்குச் சாயம் பூசப்பெற்று கரடித் தோல் மூடு போர்வையுடன் திகழ்ந்தன. பிரமாதமாக அலங்கரிக்கப் பட்ட பெட்டி வண்டிகள், வெண்பனி மீது சக்கரங்கள் கரகரக்க வீதிகளில் விரைந்தோடின.

அக்காக்கிய் இவற்றையெல்லாம் ஏதோ புதுமையைக் காண்பதுபோல வியந்து நோக்கினான். எத்தனையோ ஆண்டுகளாக அவன் மாலை நேரத்தில் அறையை விட்டு வெளிச் சென்றதே கிடையாது. விளக்கொளி நிறைந்த கடை சன்னல் ஒன்றின் எதிரே சில நிமிடங்கள் நின்று அழகிய பெண்ணொருத்தி காலணியைக் கழற்றுவது போலத் தீட்டப்பட்டிருந்த வண்ண ஓவியத்தைக் கண் கொட்டாது பார்த்தான்; ஓவியப் பெண் காலணியைக் கழற்றிய விதத்தில் வடிவாக அமைந்த அவளது கால் முழுதும் தெரிந்தது; அவளுக்குப் பின்னே, கிருதாக்களும் வனப்பு வாய்ந்த குறுந்தாடியுமாக இலகிய ஆடவன் ஒருவன் பக்கத்து அறை வாயிலுக்கு வெளியே தலையை நீட்டி அவளைப் பார்த்துக் கொண்டிருந்தான். அக்காக்கிய் தலையை அசைத்தான், புன்னகைத்தான். பின்பு தனி வழியே நடந்தான். எதற்காக அவன் புன்னகைத்தான்? எந்த விஷயத்தை இதற்குமுன் அவன் கண்டதே இல்லையோ, ஆயினும் எந்த விஷயத்தைப் பற்றிய ஆசை நம்மின் ஒவ்வொருவரது உள்ளத்தின் ஆழத்திலும் ஒட்டிக் கொண்டிருக்கிறதோ, அந்த விஷயத்தைக் கண்டதனால் நகைத்தானோ? அல்லது, வேறு பல எழுத்தர்களைப் போலவே அவனும், "அட இந்தப் பிரெஞ்சுக்காரன்கள் இருக்கிறான்களே! இவன்களை என்ன சொன்னாலும் போதாது ஏதாவது அந்த மாதிரி வேண்டுமென்று ஆசை வைத்துவிட்டான் களோ, அந்த மாதிரித்தான்...." என்று நினைத்தானோ? ஒருவேளை அவன் இப்படி நினைக்கவே இல்லையோ என்னவோ. ஒருவன் உள்ளத்திலே புகுந்து அவன் எண்ணுவதை எல்லாம் தெரிந்து கொள்வது முடியாதல்லவா? கடைசியில் அவன் உதவித் தலைமை எழுத்தன் வசித்து வந்த வீட்டை அடைந்தான்.

அந்த உதவித் தலைமை எழுத்தனோ மிகவும் ஆடம்பரமாக வாழ்ந்தான். மாடிப்படிக்கு மேலே விளக்கு எரிந்து கொண்டிருந்தது. அவன் இருப்பிடம் இரண்டாவது மாடியில். நடைக்குள் புகுந்ததுமே அக்காக்கிய அங்கே ரப்பர்

மேல்காலணிகள் வரிசை வரிசையாக வைத்திருப்பதைக் கண்டான். அவற்றுக்கு இடையே, சீறிக்கொண்டும் ஆவிப்படலங்களை வெளிவிட்டுக் கொண்டும் அறை நடுவில் நின்றது ஒரு சமோவார். சுவர்கள் மேல்கோட்டுக்களாலும் குளோக் எனப்படும் போர்வைகளாலும் மூடப்பட்டிருந்தன. அவற்றில் சில நீர்நாய்த்தோல் காலர்களும் மகமல் முகப்புக்களுங்கூட வைத்தவை. சுவரின் மறுபுறமிருந்து பேச்சும் கூச்சலும் கேட்டன. காலித் தேநீர் கிளாசுகளும், க்ரீம் ஜாடியும் பிஸ்கட்டுகளும் வைத்த டிரேயுடன் பணியாள் அறைக்கதவைத் திறந்துகொண்டு வரவும், சத்தம் தெளிவாகக் கணீரென ஒலித்தது. எழுத்தர்கள் கொஞ்ச நேரமாகவே அங்கே கூடியிருக்கிறார்கள் என்பதும் முதல்முறை தேநீர் அருந்தி ஆயிற்று என்பதும் துலக்கமாகப் புலப்பட்டது.

அக்காக்கிய் மேல்கோட்டைக் கழற்றி மாட்டிவிட்டு அறைக்குள் நுழைந்ததுமே மெழுகுவத்தி விளக்குகளும், எழுத்தர்களும், சுங்கான்களும் சீட்டாட்ட மேசைகளும் ஏககாலத்தில் அவன் பார்வையில் பளிச்சிட்டன. அவன் காதுகளோ, அறையின் எல்லா மூலைகளிலிருந்தும் வந்த இடையறாத உரையாடல்களின் குழம்பிய ஒலிகளாலும், நாற்காலிகள் நகர்த்தப்படும் அரவத்தாலும் நிறைந்தன. அவன் அறை நடுவே அசடு வழிய நின்றுகொண்டு என்ன செய்வது என்று மூளையைக் குழப்பிக் கொண்டான். ஆனால் கூடியிருந்தவர்கள் அவன் வந்ததைக் கவனித்துப் பெருங்கூச்சலுடன் அவனை வரவேற்று, அவனது மேல்கோட்டை மறுமுறை பார்வையிடும் பொருட்டு மொத்தமாக நடைக்குச் சென்றார்கள். அக்காக்கிய ஆரம்பத்தில் கொஞ்சம் கூச்சப்பட்டாலும் களங்கமற்ற உள்ளம் வாய்ந்தவனாதலால் எல்லாரும் தன் மேல்கோட்டைப் புகழ்வதைக் கேட்டு உச்சி குளிராமலிருக்க அவனால் முடியவில்லை. அப்புறம் எல்லாரும் அவனையும் அவன் மேல்கோட்டையும் அறவே மறந்து விட்டு, எதிர்பார்த்தது போலவே சீட்டாட்ட மேசைகளைச் சுற்றிக் குழுமினார்கள்.

அக்காக்கியக்கோ இந்தச் சத்தம், பேச்சு, ஆட்களின் கூட்டம் எல்லாமே புதுமையாகவும் விந்தையாகவும் இருந்தன. என்ன செய்வது, கைகளையும் கால்களையும் உடல் முழுவதையுமே எங்கு வைப்பது என்று விளங்காமல் தத்தளித்தான். முடிவில் அவன் சீட்டாடுபவர்கள் அருகே

உட்கார்ந்து, சீட்டுக்களைப் பார்ப்பதும் ஆட்டக்காரர் முகங்களை ஒன்று மாற்றி ஒன்றாக நோட்டமிடுவதாக இருந்துவிட்டு, சிறிது நேரம் சென்றதும் சலிப்புற்றுக் கொட்டாவி விட ஆரம்பித்தான் -அகாலமாகிவிட்டது. அவன் வழக்கமாகத் தூங்கும் வேளை எப்போதோ கடந்துவிட்டதாகையால், அவன் விடை பெற்றுக்கொண்டு வெளியேறத் துடித்தான், ஆனால் அவனுடைய புதிய மேல்கோட்டுக்கு மரியாதை செலுத்தும் பொருட்டுத் தலைக்கு ஒரு கிளாஸ் ஷாம்பெயின் பருகுவது அவசியம் எனக் கூறி எல்லாரும் அவனைத் தடுத்துவிட்டார்கள். ஒரு மணி நேரத்திற்கெல்லாம் உணவு பரிமாறப்பட்டது: ஸலாத் எனப்படும் காய்கறிக் கூட்டு, பொரிக்காத கன்றிறைச்சி, இறைச்சி வடை, க்ரீம் கேக்கு, ஷாம்பெயின் ஆகியன. அக்காக்கிய் இரண்டு கிளாஸ் ஷாம்பெயின் அருந்தினான். அப்புறம் அறையில் குதூகலம் அதிகரித்துவிட்டதாக அவனுக்குப்பட்டது. எனினும் நள்ளிரவாகிவிட்டது என்பதை மாத்திரம் அவனால் மறக்கவே முடியவில்லை. விருந்தளிப்பவன் ஏதாவது சாக்குப் போக்கு சொல்லித் தன்னைப் போகாது தடுத்துவிடக் கூடாதே என்பதற்காக யாரும் கவனிக்காதபடி நழுவி, நடைக்கு வந்து தன் மேல்கோட்டைத் தேடி எடுத்தான். அது தரையில் விழுந்து கிடந்ததைக் கண்டு அவனுக்கு நெஞ்சு சுரீர் என்றது. அதை எடுத்து உதறி, ஒரு பொட்டு தூசி இல்லாமல் தட்டித் துடைத்துத் தோள்மேல் போட்டுக் கொண்டு மாடிப்படியிறங்கித் தெருவுக்கு வந்தான்.

தெருவில் இன்னும் வெளிச்சமாயிருந்தது. செல்வர் வீட்டு வேலைக்காரர்களுக்கும் பலரக மக்களுக்கும் ஓயா அரட்டைக் கூடங்களாக விளங்கிய சில சிறிய பலசரக்குக் கடைகள் திறந்திருந்தன. மூடியிருந்த கடைகளுக்குள்ளிருந்தும் கதவிடுக்கு வழியாக வந்த ஒளிக்கீற்று உள்ளே ஆட்கள் இருப்பதைக் காட்டியது - பணிப் பெண்களும் பணியாட்களும் அவர்கள் எங்கே போய்த் தொலைந்தார்கள் என்று தெரியாமல் எசமானர்கள் தவிக்கும்படி விட்டுவிட்டு, மிச்ச அரட்டையை அடித்து முடித்துக் கொண்டிருந்தார்கள் போலும். அக்காக்கிய் உள்ளம் மகிழ நடந்து சென்றான்; மேனியின் ஒவ்வோர் அங்கமும் அசாதாரணச் சலனத்துடன் இயங்க மின்வெட்டுப் போலத் தன்னைக் கடந்து சென்ற சீமாட்டி ஒருத்தியின் பின்னே, எதற்காகவோ தெரியவில்லை, ஓடக் கூடத்

தலைப்பட்டான். ஆனால் அக்கணமே நின்று, இந்தத் திடீர் விரைவாற்றல் எங்கிருந்து வந்தது என்று எண்ணியவனாய் மீண்டும் மிக மிக மெதுவாக நடக்கலானான். சிறிது நேரத்திற்கெல்லாம் முடிவேயின்றி வெறிச்சோடிக் கிடந்த தெருக்களை அடைந்தான். பகல் வேளையிலேயே இவை அழுது வழியும், இரவிலோ கேட்கவே வேண்டியதில்லை. இப்போது அவை இன்னும் வெறுமையாகவும் ஏகாந்தமாகவும் தோற்றமளித்தன; தெரு விளக்குகள் குறைவாயிருந்தன. அப்படித் தென்பட்ட ஒரு சிலவும் அணைந்து போயிருந்தன. நகரசபை அதிகாரிகள் எண்ணெயை மிச்சம் பிடித்தார்கள் போலும். மரவீடுகளும் வேலிகளும் உள்ள பகுதிக்கு அவன் வந்துவிட்டான். சுற்றிலும் கண்ணுக்கெட்டிய தூரம் வரை ஓர் ஆளைக் காணோம். வெண்பனி மட்டுமே தெருக்களில் ஒளிர்ந்தது. சன்னல்களின் பலகைக்கதவுகள் அடைக்கப்பட்டு இருளடைந்து கிடந்த தாழ்ந்த குடில்கள் அயர்ந்த உறக்கத்தில் ஆழ்ந்தவை போன்ற தோற்றத்துடன் அவலம் பிடித்த கரிக் கோடாய் நெடுந்தொலை வரை சென்றிருந்தன. அக்காக்கிய் அக்காக்கியெவிச் தெருவின் குறுக்கே எல்லையற்றது போலப் பரந்து கிடந்த விசாலமான மைதானத்தை நெருங்கினான். மைதானத்தின் மறுகோடியிலிருந்த வீடுகள் மங்கலாக, பட்டும் படாமலும் தெரிந்தன. இந்த மைதானம் அவனுக்குப் பயங்கரமான பாலைவனம் போலக் காணப்பட்டது. நெடுந் தூரத்திற்கு அப்பால் - எங்கேயோ, ஆண்டவனே அறிவான - போலீஸ் நிலையத்திலிருந்து ஒளிக்கீற்று வருவதை அக்காக்கிய் அக்காக்கியெவிச் கண்டான். அந்த நிலையம் உலகின் மறு கோடியில் இருப்பது போன்று அவனுக்குப் பிரமையுண்டாயிற்று. மைதானத்தில் அடி வைத்ததுமே அவனுடைய குதூகலம் பெருமளவு மறைந்து போயிற்று.. ஏதோ கெட்டது நிகழப் போகிறது என்று நெஞ்சுக்குள் உணர்ந்தவன் போலத் தன் வசமின்றியே எழுந்த திகிலுடன்தான் அவன் மைதானத்தில் புகுந்தான். பின்னே பார்த்தான். அப்புறம் இரு மருங்கிலும் நோக்கினான். நாற்புறமும் கடல் சூழ்ந்திருப்பது மாதிரிப்பட்டது. "பார்க்காமலிருப்பதே மேல்" என்று எண்ணியவனாய், கண்களை மூடிக்கொண்டு நடந்தவன். மைதானத்தின் மறு எல்லை நெருங்கி விட்டதோ எனத் தெரிந்து கொள்வதற்காக விழிகளைத் திறந்ததுமே, இன்னாரென்று தெரியாத இரண்டு

தேவமலர் | 95

மீசைக்காரர்கள் தன் முகத்திலிடிப்பது போல அவ்வளவு அருகே நிற்கக் கண்டான். அவன் கண்கள் இருண்டன, நெஞ்சு திக்திக்கென்று அடித்துக் கொண்டது. எதிரே நின்றவர்களில் ஒருவன் அவன் கோட்டுக் காலரைப் பற்றியவாறே, "இதோ பார், என் கோட்டுத்தான்!" என்று இடிக்குரலில் முழங்கினான். அக்காக்கிய் அக்காக்கியெச் "ஆபத்து காப்பாத்துங்க!" என்று கத்த வாயெடுப்பதற்குள் இரண்டாமவன், எழுத்தனது மண்டையை விடப் பெரிய முட்டியை அவன் மூஞ்சிக்கு நேரே காட்டி, "கூச்சல் போட்டாயோ, தொலைந்தாய்!" என்று பயமுறுத்தினான். அக்காக்கிய் அக்காக்கியெவிச்சுக்குத் தெரிந்ததெல்லாம் அவர்கள் தன் மேல்கோட்டைக் கழற்றிக் கொண்டு கொடுத்த உதையில் தான் வெண்பனியில் தடாரென்று விழுந்தது தான். மேற்கொண்டு எதுவுமே அவன் எழுந்தபோது ஒருவரையும் காணோம். மைதானத்தில் ஒரே குளிராயிருப்பதையும் மேல்கோட்டு இல்லை என்பதையும் உணர்ந்துகொண்டு கூச்சலிடத் தொடங்கினான். எனினும் மைதானத்தின் மறு எல்லை வரை எட்டுவதற்குக் குரலில் தெம்பு இல்லை என்று பட்டது. புகலற்ற ஆவேசத்துடன், கத்துவதை நிறுத்தாமல் மைதானத்தின் குறுக்காக போலீஸ் நிலையத்தை நோக்கி நேராக ஓடினான். அதன் அருகே நீள பிடிக் கோடரி மேல் சாய்ந்து நின்று கொண்டிருந்தான் போலீஸ்காரன், என்ன இழவுக்காக ஒருவன் காத தூரத்திலிருந்தே காட்டுக் கூச்சல் போட்டுக்கொண்டு நம்மைப் பார்க்க ஓடிவருகிறான் என்று எண்ணியவனாய் ஓடிவருபவனை ஆவலுடன் நோக்கினான். அக்காக்கிய் அவனை நெருங்கியதுமே, "நீ என்ன ஒன்றையுமே பார்க்காமல் உறங்கிக் கொண்டிருக்கிறாயா, கண்ணெதிரே மனிதனை வழிப்பறி செய்கிறார்கள், அது கூடப் பார்வையில் படவில்லையோ?" என்று மேல்மூச்சு கீழ்மூச்சு வாங்கக் கத்தத் தொடங்கினான். போலீஸ்காரனோ, தான் எதையும் பார்க்கவில்லை என்றும், தனக்குக் கண்ணில் பட்டதெல்லாம் யாரோ இரண்டு ஆட்கள் மைதானத்தின் மத்தியில் அவனை நிறுத்தியதை மட்டுமே என்றும், அவர்கள் அவனுடைய நண்பர்கள் போலும் எனத் தான் எண்ணிக் கொண்டதாகவும் சொல்லிவிட்டு, இங்கே நின்று கொண்டு வீணாகத் தன்னைத் திட்டுவதற்குப் பதில் மறுநாள் காலை போலீஸ் இன்ஸ்பெக்டரைப் போய்ப்

பார்ப்பது பயனுள்ளதென்றும், அவன் கோட்டைப் பறித்துக் கொண்டவர்களை இன்ஸ்பெக்டர் கட்டாயம் கண்டுபிடித்து விடுவாரென்றும் அக்காக்கிய அக்காக்கியெவிச்சுக்கு யோசனை கூறினான்.

அக்காக்கிய் தலைகால் புரியாத குழப்பத்துடன் வீட்டுக்கு ஓடிப்போய்ச் சேர்ந்தான். கன்னப் பொருத்தை ஒட்டியும், பிடரிலும் இப்போதும் அடர்த்தியின்றி வளர்ந்து வந்த அவன் தலைமயிர் பறட்டையாக ஒரே அலங்கோலமாயிருந்தது; மார்பிலும் விலாக்களிலும் காற்சட்டை பூராவும் வெண்பனி அப்பியிருந்தது. தடதடவென்று கதவு தட்டும் சத்தத்தைக்கேட்டு விழித்துக் கொண்ட வீட்டுச் சொந்தக்காரி படுக்கையிலிருந்து தூக்கிவாரிப் போட்டுக் கொண்டு எழுந்து ஒற்றை ஸ்லிப்பரை மட்டும் அணிந்தவாறு, நாணம் காரணமாகச் சட்டையை ஒரு கையால் மார்பை மூடிப் போர்த்தியபடி வாயிலருகே ஓடிச் சென்றாள். கதவைத் திறந்து அக்காக்கியின் கோலத்தைக் கண்டதுமே அவள் திடுக்குற்றுப் பின்வாங்கினாள். நடந்த விஷயத்தை அவன் தெரிவித்ததும் அவள் அட பாவமே என்று கைகளை உதறி, "நேரே மாவட்ட போலீஸ் கமிஷனரிடமே போவது நல்லது, போலீஸ் இன்ஸ்பெக்டர் உன்னை ஏய்த்துவிடுவான். 'அது செய்கிறேன் இது செய்கிறேன்' என்று வாய்ச்சவடால் அடித்துவிட்டு நட்டாற்றில் விட்டு விடுவான். மாவட்ட போலீஸ் கமிஷனரிடம் நேரே போவதே எல்லாவற்றையும் விட மேல், அவர் எனக்கு வேண்டியவர் கூட, ஏனெனில் என்னிடம் ஒரு காலத்தில் சமையல்காரியாயிருந்த பின்லாந்துப் பெண் ஆன்னா இப்போது மாவட்ட போலீஸ் கமிஷனரின் வீட்டில் குழந்தைத் தாதியாக வேலை செய்கிறாள், தவிர அவர் என் வீட்டைக் கடந்து வண்டியில் போகையில் நான் அடிக்கடி அவரைப் பார்த்திருக்கிறேன். ஞாயிறுதோறும் அவர் சர்ச்சுக்குக் கூடச் செல்கிறார், பிரார்த்தனை செய்யும்போது சுற்றுமுற்றும் எல்லாரையும் சந்தோஷத்தோடு நோக்குவார். இவற்றையெல்லாம் காணும்போது அவர் தயாள குணமுள்ளவராகவே இருக்க வேண்டும்" என்று சொன்னாள்.

இந்த அறிவுரையை முடிவுவரை கேட்டுவிட்டு அக்காக்கிய் ஏக்கத்துடன் தளர்நடை நடந்து தன் அறைக்குப் போனான். அந்த இரவை அவன் எவ்வாறு கழித்தான் என்பதை,

பிறரது நிலையில் தம்மைக் கற்பனை செய்து பார்க்கத் திறன் கொண்டவர்கள் தாமே நிர்ணயித்துக் கொள்ளுமாறு விட்டுவிடுவோம். மறுநாள் அதிகாலையில் அவன் மாவட்டப் போலீஸ் கமிஷனரைக் காணச் சென்றான். ஆனால் அவர் உறங்கிக் கொண்டிருப்பதாகச் சொன்னார்கள். மீண்டும் பத்து மணிக்குப் போனான். அப்பொழுதும் அவர் தூங்கிக் கொண்டிருந்தார். பதினொரு மணிக்கு அவன் மறுமுறை வந்தபோது அவர் வீட்டில் இல்லை என்ற தகவல் கிடைத்தது. மத்தியானச் சாப்பாட்டு வேளையில் அவன் பின்னுமொரு முறை வந்ததும் நுழைவு அறையிலிருந்த எழுத்தர்கள் அவனை உள்ளே போகவிட மனமின்றி, என்ன காரியம், விவரமென்ன, அப்படி என்ன நடந்து விட்டது என்று சொல்லும்படி கேட்டார்கள். ஆகக் கடைசியில் அக்காக்கிய் வாழ்க்கையிலேயே முதல்தடவையாக அடித்துப் பேசுவதென்று தீர்மானித்து, தான் மாவட்ட போலீஸ் கமிஷனரை நேரில் காண வந்திருப்பதாகவும், தன்னை உள்ளே விடாமலிருக்க அவர்களுக்கு உரிமை கிடையாதென்றும், தான் துறையிலிருந்து அலுவலக விஷயமாக வந்திருப்பதாகவும், தான் மட்டும் அவர்கள் மேல் குறைகூறி மனுச் செய்து கொண்டால் என்ன ஆகும் என அவர்கள் பார்த்துக் கொள்ளலாம் என்றும் முகத்திலறைந்தாற் போலச் சொன்னான். இதை எதிர்த்துப் பேச எழுத்தர்களுக்குத் துணிவு வரவில்லை. அவர்களில் ஒருவன் கமிஷனரை அழைத்து வரச் சென்றான்.

மேல்கோட்டு பறிக்கப்பட்ட கதையைப் போலீஸ் கமிஷனர் கொஞ்சம் விசித்திரமான முறையில் கேட்டான். விஷயத்தின் முக்கிய அம்சத்தில் கவனஞ் செலுத்துவதற்குப் பதிலாக அவன் அக்காக்கிய் அக்காக்கியெவிச்சிடம் "நீ அவ்வளவு நேரங்கழித்து வீடு திரும்பியதேன்? முறைகேடான வீடு எதற்காவது நீ போகவில்லை என்பது நிச்சயந்தானா?" என்றெல்லாம் விவகாரத்துக்கு தொடர்பு இல்லாத ஏதேதோ கேள்விகள் கேட்கத் தொடங்கவே அக்காக்கிய் ஒரேயடியாகக் குழப்பமடைந்து, போலீஸ் கமிஷனர் மேல்கோட்டை மீட்டுத் தருவதற்கு வேண்டிய நடவடிக்கைகள் எடுப்பானா மாட்டானா என்று தெரியாதவனாய் வெளியேறினான்.

அன்றைய தினம் (வாழ்க்கையில் ஒரே தரம்) அவன் அலுவலகம் செல்லவில்லை. மறுநாள் முகமெல்லாம் வெளிறிப் போய், பழைய 'கப்போத்தை' மாட்டிக் கொண்டு

அலுவலகம் சேர்ந்தான்; 'கப்போத்தோ' முன்னெப்போதையும் விடக் கேவலமாகக் காட்சியளித்தது. அவனுடைய மேல்கோட்டு பறிபோன செய்தியைக் கேட்டு (இந்தச் சந்தர்ப்பத்திலும் அக்காக்கியை நையாண்டி செய்யாமலிருக்கச் சிலரால் முடியவில்லை என்றாலும்) பெரும்பாலான சக எழுத்தர்களுக்கு இரக்கமாயிருந்தது. அவனுக்காக அப்போதே நிதி திரட்டுவதென்று நிச்சயித்தார்கள், ஆனால் மிக அற்பத் தொகையே வசூலானது. ஏனெனில் இயக்குநரின் உருவப் படத்திற்காகவும், ஏதோ ஒரு புத்தகத்தை அதன் ஆசிரியனின் நண்பனான துறைத் தலைவன் சொன்னதன் பேரில் வாங்குவதற்காகவும் நிதி கொடுத்தால் எழுத்தர்கள் ஏற்கனவே பெருந்தொகை செலவழித்து விட்டிருந்தார்கள். ஆக அக்காக்கியின் பொருட்டு வசூலான தொகை மிகச் சொற்பமே. எழுத்தன் ஒருவன் இரக்கங் கொண்டு அக்காக்கிய்க்கு உதவி செய்வோம் என்று தீர்மானித்து, அவன் இன்ஸபெக்டரிடம் போவதில் பயனில்லை என்றும், ஏனென்றால் மேலதிகாரிகளின் பாராட்டைப் பெறுவதற்காக இன்ஸ்பெக்டர் ஒரு கால் கோட்டைக் கண்டுபிடித்து விட்டாலுங்கூட, அக்காக்கிய் கோட்டு தன்னுடையதுதான் என்று நிரூபிப்பதற்குச் சட்ட பூர்வமான அத்தாட்சிகளைக் காட்டாவிட்டால் கோட்டு போலீசார் வசமே தங்கிவிடுமென்றும், ஆகையினால் அவன் ஒரு முக்கிய நபரிடம் போவதே மேல் என்றும் அந்த முக்கிய நபர் சரியான ஆட்களுக்கு எழுதியும் அவர்களோடு பேசியும் விவகாரம் விரைவாக நடக்கும்படி செய்ய முடியுமென்றும் சொன்னான்.

அக்காக்கிய் வேறுவகையின்றி அந்த முக்கிய நபரிடம் போவது என முடிவு செய்வான். இம்முக்கிய நபர் என்ன வேலை பார்த்தார். அதன் தரம் என்ன என்பது இன்றுவரை தெரியவில்லை. இம்முக்கிய நபர் சமீபத்தில் தான் முக்கிய நபராக்கப்பட்டார் என்பதையும் அதற்கு முன் அவர் முக்கியமற்றவராகவே இருந்தார் என்பதையும் தெரிந்து கொண்டால் போதுமானது. தவிர, அதிக முக்கியத்துவம் வாய்ந்த மற்றவர்களுடன் ஒப்பிடுகையில் அவருடைய பதவி இப்பொழுது கூட அவ்வளவு முக்கியத்துவம் உள்ளதாகக் கருதப்படவில்லை. ஆனால் மற்றவர்கள் கண்களுக்கு முக்கியமற்றதாகப் படுவதை முக்கியமானதாக மதிப்பவர்கள்

எப்போதுமே இருந்து வருவார்கள் அல்லவா? அதோடு கூட இந்த முக்கிய நபர் தமது முக்கியத்துவத்தை வேறு பலவகைகளில் அதிகரிக்க முயன்று வந்தார்: அதாவது, தாம் அலுவலகம் வந்து சேரும்பொழுது தம் கீழ் வேலை பார்ப்பவர்கள் எல்லாரும் மாடிப்படியில் தம்மை எதிர்கொள்ள வேண்டுமென்றும், பேட்டி காண்பதற்காக முன்கூட்டி மனுச் செய்துகொள்ளாதவன் எவனையும் தமது அலுவலகத்துக்குள் வரவிடக் கூடாதென்றும், எல்லாக் காரியங்களும் கண்டிப்பான வரிசைக் கிரமப்படி செய்யப்பட வேண்டுமென்றும், உதாரணமாக பிராந்தியச் செயலாளன் மண்டலச் செயலாளருக்கும், மண்டலச் செயலாளர் பட்டம் பெற ஆலோசகருக்கோ அல்லது கிரமமான வேறு எவருக்கேனுமோ அறிக்கை சமர்ப்பிக்கவேண்டும் என்றும் இந்த வழியாகவே விவகாரம் தம் பார்வைக்கு வர வேண்டும் என்றும் அவர் நியமப்படுத்தியிருந்தார். புனித ருஷ்யத் திருநாட்டிலோ, காப்பியடிப்பது தொற்றுநோய் போல் பரவியிருக்கிறது. ஒவ்வொருவனும் தனக்கு மேல் பதவியிலிருப்பவனைப் போலவே செய்கிறான். அவன் தோரணையைக் காப்பியடிக்கிறான். ஒரு கதை கூடச் சொல்லுவார்கள்: எவனோ பட்டம் பெற்ற ஆலோசகன் இருந்தானாம்; ஒரு சிறிய அலுவலகத்துக்குத் தலைவனாக நியமிக்கப்பட்டதுமே அவன் தனக்காக ஒரு தனி அறை ஏற்படுத்திக் கொண்டு, "பேட்டி காணும் அறை" என அதற்குப் பெயரிட்டு, சிவப்புக் காலர்களும் டவாலிகளுமாக இரண்டு சேவகர்களை அதன் வாயிலில் நிறுத்தி, கதவுப்பிடியைப் பற்றிக் கொண்டிருக்கும்படியும் தன்னைக் காண வருபவர்களுக்குக் கதவைத் திறந்து விடும்படியும் அவர்களுக்கு உத்தரவிட்டானாம். இந்த லட்சணத்தில் "பேட்டி காணும் அறை" யிலோ, சாதாரண எழுது மேசை போடுவதற்குக் கூட இடம் பற்றாதாம்.

முக்கிய நபரின் தோரணைகளும் பழக்க வழக்கங்களும் கனமும் படாடோபமும் பொருந்தியவை ஆயினும் நயநுட்பமற்றவை. கண்டிப்பு தான் அவருடைய முறையின் பிரதான அடிப்படை. "கண்டிப்பு, கண்டிப்பு, இன்னும் கண்டிப்பு!" என்று சொல்வதும் கடைசி வார்த்தையைச் சொல்கையில் கேட்டுக் கொண்டிருப்பவனது முகத்தை கூர்ந்து நோக்குவதும் அவர் வழக்கம். இந்தக் கண்டிப்புக்கு

விசேடத் தேவை இருந்ததாகவும் தெரியவில்லை. ஏனெனில் அவருடைய அலுவலகத்தின் நிர்வாக எந்திரமாக விளங்கிய மொத்தம் பத்துப் பன்னிரண்டு எழுத்தர்கள் அது இல்லாமலே ஒரேடியாகக் கிலியடித்துப் போயிருந்தார்கள். அவர் தூரத்தில் வரக் கண்டதுமே அவர்கள் எல்லாரும் வேலையை நிறுத்தி விட்டு எழுந்து நிமிர்ந்து நின்று, தலைவர் அறையைக் கடந்து செல்லும் வரையில் அப்படியே இருப்பார்கள். தம்கீழ் வேலை செய்பவர்களிடம் அவரது வழக்கமான உரையாடலில் கண்டிப்பு தொனிக்கும்; பெரும்பாலும் அது மூன்றே வாக்கியங்கள் கொண்டிருக்கும்: “எப்படி ஐயா உமக்குத் துணிச்சல் வந்தது? யாரோடு பேசுகிறோம் எனறு தெரியுமா ஐயா உமக்கு? புரிகிறதா ஐயா உமக்கு முன்னே நிற்பது யார் என்று?” இவ்வளவிற்கும் அவர் நல்ல உள்ளம் படைத்தவர், கூட்டாளிகளுடன் கலகலப்பாயிருப்பார், உதவி செய்வார். ஜெனரல் பதவி கிடைத்ததுமே அவர் மூளை கிறுகிறுத்துப் போயிற்று, தடம் புரண்டுவிட்டது, எப்படி நடந்து கொள்வதென்று அவருக்குப் பிடிபடவயேில்லை. சமதகுதியுள்ளவர்களுடன் பழகும்போது அவர் சாதாரண மனிதராக, மிக ஒழுங்கான மனிதராக, பல விஷயங்களில் அறிவீனர் என்று சொல்ல முடியாதவராக விளங்கினார்; ஆனால் தம்மை விட ஒருபடி மட்டுமே தாழ்ந்தவர்கள் இருக்கும் கூட்டங்களில் கூட அவர் திக்குத்திசை தெரியாதவர் போல கிழிப்பார்; வாயிலிருந்து வார்த்தையே கிளம்பாது; அப்போது அவருடைய நிலைமை இரங்கத்தக்கதாக இருக்கும். நேரத்தை எவ்வளவோ இன்பமாகக் கழித்திருக்கலாமே என்று அவருக்கே தோன்றுமாதலால் நிலைமை விசேடப் பரிதாபத்துக்கு உரியதாயிருக்கும். சுவையான உரையாடல் எதிலேனும் பங்கு கொள்ளவோ, ரசமான பேர்வழிகளுடன் அளவளாவோ பலத்த விருப்பம் அவர் மனத்தில் எழுவதைச் சில சமயம் அவரது விழிகள் காட்டும்; ஆயினும் தாம் அவ்வாறு செய்வது தவறாகக் கருதப்படுமோ, அனாவசியச் சொந்தம் பாராட்டுவதாகி விடுமோ, அதனால் தமது மதிப்பு தாழ்ந்து போய்விடுமோ என்ற எண்ணம் அவரைத் தடுத்து நிறுத்தி விடும். இந்தத் தர்க்கத்தின் பலனாக அவர் பேசாவாயராய், அபூர்வமாக ஏதேனும் ஓரசை ஒலியைக் கிளப்புவதுடன் நின்று கொள்ளும் நிலைமையிலேயே

நிரந்தரமாக இருந்து வந்தார்; இந்தக் காரணத்தினாலேயே 'படு போர்' என்ற பட்டத்தையும் பெற்றிருந்தார்.

இத்தகைய முக்கிய நபர் முன்னிலையில்தான் நமது அக்காக்கிய் நின்றான். அதுவும் மிக மிக அனுகூலமற்ற நேரத்தில் அதாவது தனக்கு முக்கிய நபருக்கல்ல.

முக்கிய நபர் தமது அறையில் உட்கார்ந்து, பல ஆண்டுகளாகத் தாம் பார்க்காத தமது பழங்கால நண்பரும், குழந்தைப் பருவத் தோழரும் சமீபத்தில் பீட்டர்ஸ்பர்க் நகருக்கு வந்திருந்தவருமான ஒருவருடன் மிக மிகச் சந்தோஷமாக உரையாடிக் கொண்டிருந்தார். அந்தச் சமயத்தில் பஷ்மாச்கின் என்ற ஒருவன் அவரைக் காண விரும்புவதாக அவருக்கு அறிவிக்கப்பட்டது. "யார் அது?" என்று வெடுக்கென வினவினார் முக்கிய நபர். "யாரோ எழுத்தனாம்" எனப் பதில் கிடைத்தது. "ஓ அப்படியா? காத்திருக்கச் சொல்லுங்கள். இப்போது எனக்கு நேரமில்லை" என்றார் முக்கிய நபர்.

முக்கிய நபர் சொன்னது பச்சைப் பொய் என்பதை இங்கே கூறிவிடுவது நல்லது. அவருக்கு நிறைய நேரம் இருந்தது. அவரும் நண்பரும் பேச வேண்டியதையெல்லாம் எப்போதோ பேசி விட்டார்கள். வெகு நேரமாகவே நடுநடுவே நீண்ட மௌனத்தில் ஆழ்ந்துவிடுவதும், மௌனத்துக்கு மத்தியில் ஒருவரையொருவர் முழங்காலில் அடித்து, "ஆச்சா, இவான் அப்ராமவிச்!" "அப்படியாக்கும் சேதி, ஸ்தெபொன் வர்லாமிச்!" என்பதுமே அவர்களுடைய உரையாடலாகத் திகழ்ந்தது. இருந்தபோதிலும் அவர் எழுத்தனைக் காத்திருக்கச் சொன்னது எதற்காகவென்றால், அரசுப் பணியிலிருந்து வெகுகாலத்து முன்பே விலகி, கிராம வீட்டிலேயே நேரத்தைக் கழித்துக் கொண்டிருந்த நண்பருக்கு, எழுத்தர்கள் எவ்வளவு நேரம் தமது பேட்டிக்காக நடையில் காத்திருக்கிறார்கள் என்பதைக் காட்டுவதற்காகத்தான். கடைசியில் வேண்டிய அளவு பேசிவிட்டு, அல்லது உண்மையில் மௌனமாயிருந்து முடிந்து, வசதியான சாய்வு நாற்காலிகளில் அமர்ந்து இன்பமாகச் சுருட்டு புகைத்து முடிந்ததும் முக்கிய நபர் திடீரென ஏதோ நினைவுக்கு வந்தது போன்று, கத்தைக் காகிதங்களும் கையுமாகக் கதவருகே நின்று கொண்டிருந்த தமது செயலாளனை விளித்து, "அங்கே யாரோ எழுத்தன்

காத்திருக்கிறான் போலிருக்கிறது பேட்டிக்கு, அவனை வரச் சொல்லும்" என்றார்.

அக்காக்கியின் எளிய தோற்றத்தையும் பழைய உடுப்பையும் கண்டதும் முக்கிய நபர் சட்டென அவன் பக்கம் திரும்பி, தமக்கு தற்போதைய வேலையும் ஜெனரல் பதவியும் கிடைப்பதற்கு ஒரு வாரத்துக்கு முன்பே தனிமையில் நிலைக் கண்ணாடிக்கெதிரே நின்று பயிற்சி செய்துகொண்ட கடுமையான குரலில், "உமக்கு என்ன வேண்டும்?" என்று வெடுக்கெனக் கேட்டார்.

ஏற்கெனவே வேண்டிய அளவு அச்சமும் நடுக்கமும் நிறைந்திருந்த அக்காக்கிய், சற்றுத் தடுமாற்றங்கொண்டு, "வந்து" "அதாவது" என்று அசைச் சொற்களை வழக்கத்துக்கு அதிகமாகவே உபயோகித்து, தன் மேல் கோட்டு புத்தம் புதியதென்றும் மனிதத்தன்மையற்ற முறையில் அது அபகரிக்கப்பட்டு விட்டதென்றும், தான் முக்கிய நபரிடம் வந்திருப்பது, அவர் தக்கவர்களிடம் ஒரு வார்த்தை சொல்லியோ, நகரப் போலீஸ் கமிஷனருக்கோ வேறு யாருக்கேனுமோ எழுதியோ தனக்கு மேல்கோட்டு திரும்பக் கிடைக்கச் செய்வார் என்ற நம்பிக்கையடனேயே என்றும், தன்னால் இயன்றவரை, குழறும் நா அனுமதித்த அளவுக்கு விவரமாக விளக்கினான். அவன் இவ்வாறு தம்மை அணுகியது முறையற்ற சொந்தம் பாராட்டுதல் என்று என்ன காரணத்தாலோ முக்கிய நபருக்குப்பட்டது. "என்ன அய்யா, ஒன்றும் புரியவில்லையே! ஒழுங்கான நடைமுறை உமக்குத் தெரியாதா என்ன? இங்கே எதற்காக வந்தீர்? விவகாரத்தை எப்படி நடத்த வேண்டுமென்று தெரியாதோ உமக்கு? இதைப் பற்றி விண்ணப்பம் எழுதி நீர் அலுவலகத்துக்குச் சமர்ப்பித்திருக்க வேண்டும். அந்த விண்ணப்பம் தலைமை எழுத்தர் பார்வைக்கு வந்திருக்கும், அதாவது அலுவலகப் பிரிவின் தலைவருக்கு; அவர் அதை என் செயலாளருக்கு அனுப்பியிருப்பார், செயலாளர் என் கவனத்துக்கு அதைக் கொணர்ந்திருப்பார்" என்று கடுகடுத்த குரலில் சீறினார்.

அக்காக்கிய் தன்னிடமிருந்த சொற்ப மனோ தைரியத்தை முழுவதும் திரட்டி, மேல்காலெல்லாம் வியர்த்துக் கொட்ட, "ஆனால், பெரிய துரை அவர்களே, நான் மாட்சிமை

பொருந்திய தங்களைத் தொந்தரவு படுத்தத் துணிந்தது எதனாவென்றால், செயலாளர்கள் இருக்கிறார்களே இவர்கள் "அதாவது" "வந்து" நம்பகமானவர்கள் அல்லர்" என்று ஆரம்பித்தான்.

"என்ன? என்ன? என்ன சொன்னீர்?" என்றார் முக்கிய நபர். "இம்மாதிரிப் பேச எங்கிருந்து ஐயா வந்தது உமக்கு நெஞ்சுத் துணிச்சல்? இந்த உதவாக்கரை எண்ணங்கள் எங்கிருந்து கிடைத்தன உமக்கு? தங்கள் தலைவர்களுக்கும், மேலதிகாரிகளுக்கும் எதிராக இளைஞர்களுக்கிடையே பரவிவரும் இந்தக் கலக உணர்ச்சிக்கு என்ன ஐயா அருத்தம்?" என்று விளாசினார். அக்காக்கிய் அக்காக்கியெச்சுக்கு ஐம்பது வயது ஆகிவிட்டது என்பதை முக்கிய நபர் கவனிக்கவில்லை போலும். அவனை இளைஞன் என்று அழைத்தது, எழுபது வயதானவனுடன் ஒப்பிட்டால் அவன் இளைஞன் என்ற பொருளிலேயே என நினைக்க வேண்டியிருக்கிறது. "யாரிடம் இதையெல்லாம் சொல்லுகிறோம் என்று தெரியுமா ஐயா உமக்கு? உம் எதிரே நிற்பது யார் என்பது புரிகிறதா ஐயா? புரிகிறதா ஐயா இது? புரிகிறதா ஐயா? உம்மைத் தான் கேட்கிறேன்."

இவ்வாறு கூறுகையில் அவர் காலைத் தொப்பென்று அடித்துக் குரலை உச்சத் தொனிக்கு உயர்த்திவிடவே, அதனால் குலைபதறியது அக்காக்கியய் அக்காக்கியெச் ஒருவனுக்கு மட்டுமே அல்ல. அக்காக்கிய் கதி கலங்கிப்போய், கால்கள் தடுமாற, மெய்விதிர்க்க, நிற்க முடியாமல் தத்தளித்தான். வாயில் காப்போர் ஓடிவந்து தாங்கியிராவிட்டால் அவன் துவண்டு தரையில் சாய்ந்திருப்பான். அநேகமாக உணர்ச்சியற்ற நிலையில் அவனை வெளியே கொண்டு போனார்கள். விளைவு தாம் எதிர்பார்த்ததையும் விஞ்சிவிட்டது என்பதைக் கண்டு திருப்தியடைந்த முக்கிய நபர், தமது வாய்ச் சொல் ஒருவனை உணர்விழக்கச் செய்யும் வன்மை கொண்டது என்ற எண்ணத்தால் உவகை மீதூர, தமது நண்பர் இதைப்பற்றி என்ன நினைக்கிறார் என்பதைத் தெரிந்துகொள்ளும் பொருட்டு அவரைக் கடைக்கண்ணால் நோக்கினார்; நண்பர் மனநிம்மதியின்றித் தவிப்பதையும் தாமே அரண்டு போயிருப்பதையும் பார்த்து அவருக்கு மனநிறைவு ஏற்படாமலில்லை.

எப்படி மாடிப்படி இறங்கினோம், எப்படித் தெருவுக்கு வந்தோம் என்பது ஒன்றுமே அக்காக்கிய்க்கு நினைவில்லை. அவன் கை கால்கள் உணர்விழந்து மரத்துப் போய்விட்டன. அதுவும் வேறு அலுவலக முக்கிய நபரால் இவ்வளவு கடுமையாக அதட்டி உருட்டப்பட்டது கிடையாது. வீதியில் இரைச்சலுடன் அடித்துக்கொண்டிருந்த பனிப்புயலில், நடைபாதையிலிருந்து இடறி இடறி விழுந்தவாறு நடந்தான்; காற்றோ, பீட்டர்ஸ்பர்க் வழக்கப்படி எல்லாத் திசைகளிலிருந்தும் ஏககாலத்தில் வீசிக் கொண்டிருந்தது. கணப்போதில் அவன் தொண்டை அழன்றுபோயிற்று. எப்படியோ ஒள்ளாடியவாறு வீடு வந்து சேர்ந்ததும் அவனால் ஒரு வார்த்தை கூடப் பேச முடியவில்லை. மேலெல்லாம் வீக்கங்கண்டிருந்தது. உடனே படுக்கையில் படுத்தான். அதிகாரிகளின் சரியான விளாசல் சில சமயங்களில் அவ்வளவு வன்மையுள்ளதாகும்!

அடுத்த நாளே அவனுக்கு கடுமையான சுரம். பீட்டர்ஸ்பர்க் நகரப் பருவ நிலையின் தாராள உதவியின் பயனாக நோய் சாதாரணமாய் எதிர்பார்க்கக் கூடியதைக் காட்டிலும் வெகு விரைவாக முற்றியது. ஆகவே மருத்துவர் வந்துசேர்ந்ததும் அவனுடைய நாடியைப் பிடித்துப் பார்த்துவிட்டு, வேறு ஒன்றும் செய்வதற்கின்றி, ஏதோ ஒத்தடம் கொடுக்கும்படி மட்டும் யோசனை சொன்னார் - அதுவும் நோயாளியை மருத்துவத்தின் நன்மை தரும் உதவியில்லாமல் விட்டுவிடக்கூடாதே என்ற ஒரே காரணத்தினால்; அதே கையோடு ஒன்றரை நாள்களில் நோயாளியின் பாடெல்லாம் நிச்சயமாக முடிந்து விடும் என்றும் கருத்துத் தெரிவித்தார். பின்பு வீட்டுச் சொந்தக்காரியைப் பார்த்து, “நீங்கள், அம்மா, நேரத்தை வீணாக்காதீர்கள். இப்போதே இவனுக்காகப் பைன் மரச் சவப் பெட்டிக்குச் சொல்லிவிடுங்கள். ஏனென்றால் ஓக் மரப் பெட்டி இவனுக்குக் கட்டாது, இல்லையா?” என்றார்.

தன் வாழ்வைத் தீர்த்துக்கட்டும் இந்தச் சொற்கள் அக்காக்கியின் காதில் பட்டனவா? பட்டனவென்றால் அவன் உள்ளத்தில் அவற்றால் கிளர்ச்சி உண்டாயிற்றா? தனது அவல வாழ்வைக் குறித்து அவன் வருந்தினானா? இவ்விஷயத்தைப் பற்றி எதுவும் சொல்வதற்கில்லை, ஏனெனில் அவன் ஜன்னிக் காய்ச்சலில் தவித்துக் கொண்டிருந்தான். ஒன்றைவிட ஒன்று விசித்திரமான காட்சிகள் இடைவிடாமல் அவன் மனக்கண்முன் தோன்றிய

வண்ணமாயிருந்தன. ஒருசமயம் பெத்ரோவிச்சைக் கண்டு, திருடர்களை அகப்படுத்தும் கண்ணிகள் வைத்த மேல்கோட்டு தைக்கக் கொடுத்தான்; திருடர்களோ தனது கட்டிலுக்கு அடியில் ஒளிந்து கொண்டிருப்பது போல அவனுக்குப் பிரமை உண்டாயிற்று. எனவே அவர்களை அங்கிருந்து விரட்டும்படி வீட்டுச் சொந்தக்காரியிடம் நொடிக்கொரு தரம் கேட்டுக் கொண்டிருந்தான்; ஒருமுறை, ஒரு திருடனைப் போர்வைக்குள்ளிருந்து கூட விரட்டும்படிச் சொன்னான்; மற்றொரு முறை, தன்னிடம புதிய மேல்கோட்டு இருக்கையில் பழைய ‘கப்போத்’ சுவரில் ஏன் தொங்கிக் கொண்டிருக்கிறது என்று வினவினான்; பின்னொரு சமயம் தான் முக்கிய நபருக்கு முன் நின்றவாறு, அவர் தனக்குச் சரியான படி கொடுத்த கண்டனத்தைக் கேட்பது போல மருள் கொண்டு, “தவறுக்கு வருந்துகிறேன், பெரிய துரை அவர்களே!” என்றான்; அப்புறம் முடிவாக அவன் ஆபாச வசவுகளைப் பொழியத் தொடங்கி, மிக மிகப் பயங்கரமான சொற்களை உரக்கக் கத்தவே, அவன் அம்மாதிரி வார்த்தைகள் பேசி இதற்கு முன் கேட்டிராத வீட்டுச் சொந்தக்காரி, சிலுவைக்குறி இட்ட வண்ணமாயிருந்தாள் - அதுவும் இந்த வசவுச் சொற்கள் “பெரிய துரை அவர்களே” என்ற வார்த்கைளை உடனடியாகத் தொடர்ந்து வந்தபடியால், பின்பு அவன் தலைகால் புரியாதவாறு ஏதேதோ அர்த்தமற்ற சொற்களைப் பிதற்றிக் கொண்டே போனான்; ஒன்றே ஒன்று தான் தெளிவாகப் புலப்பட்டது; அவனது தொடர்பற்ற வார்த்தைகளும் கருத்துகளும் மேல்கோட்டைச் சுற்றியே வட்டமிட்டன என்பதுதான் அது. கடைசியில் அக்காக்கிய் காலமானான்.

அவனுடைய அறையோ, உடைமைகளோ முத்திரையிடப்படவில்லை. ஏனெனில், முதலாவதாக அவனுக்கு வாரிசுகள் யாருமில்லை, இரண்டாவதாக அவன் விட்டுச் சென்றது மிக மிக அற்பமான உடைமையே; இறகு பேனாக்கட்டு ஒன்று, அலுவலக வெள்ளைத்தாள் ஒரு கட்டு, காலுறைகள் மூன்று ஜோடி, காற்சட்டையிலிருந்து பிய்ந்து வந்துவிட்ட சில பொத்தான்கள், வாசகர்களுக்கு ஏற்கனவே தெரிந்த ‘கப்போத்’ ஆகியவையே அவனுடைய சொத்து. இந்தச் சொத்துக்கெல்லாம் யார் வாரிசானர்கள் என்பது கடவுளுக்கே வெளிச்சம்: இந்தக் கதையாசிரியனுக்கு அவ்விஷயத்தைத் தெரிந்துகொள்வதில் அக்கறையும்

ஏற்படவில்லை என்பதை ஒப்புக்கொள்கிறேன். அக்காக்கியின் சடலம் இடுகாட்டுக்கு எடுத்துச் செல்லப்பட்டு அடக்கம் செய்யப்பட்டது. பீட்டர்ஸ்பர்க் நகரம், அக்காக்கிய் இல்லாமலே முன்போன்றே நிலவிவந்தது. அப்படி ஒருவன் அங்கு வாழவே இல்லை என்பது போல, போன சுவடு தெரியாமல் மறைந்து போயிற்று ஒரு மனித உயிர், யாராலும் பாதுகாக்கப்படாத, எவருக்கும் அருமையில்லாத, ஒருவரது அக்கறைக்கும் பாத்திரமாகாத உயிர்; அலுவலகச் சக ஊழியர்களின் கேலிகளையெல்லாம் பணிவுடன் ஏற்றுக் கொண்ட மனித உயிர்; அசாதாரணச் செயல் எதுவும் ஆற்றாமலே சவக் குழியில் அடக்கமாகி விட்டபோதிலும், தனது அவல வாழ்க்கையில் கணப்போது களி பரப்பிய மேல்கோட்டின் வடிவில் அருட்சுடரின் ஒளிர்வை வாழ்வின் இறுதிக்கு முன்னரேனும் காணப்பெற்ற மனித உயிர்; பின்பு சகித்தற்கரிய கொடுந்துயரால், உலகின் பேரரர்களையும் மாண்புசால் பெரியோரையும் போலவே தாக்குண்டு வீழ்ந்துபட்ட உயிர்!

அவன் காலஞ்சென்ற சில நாள்களுக்குப் பிறகு, அவனைக் கையோடு அழைத்து வரும்படி இயக்குநரே பிறப்பித்த கட்டளையுடன் அலுவலகக் கடைநிலை ஊழியன் அவன் வீட்டிற்கு அனுப்பப்பட்டான். அவனோ வெறுங்கையோடு அலுவலகம் திரும்ப வேண்டியதாயிற்று; அக்காக்கிய் இனிமேல் அலுவலகத்துக்கு வர இயலாது என்று அறிவித்தான் அவன். "ஏன்?" என்ற கேள்விக்கு, "அப்படித்தான், அவன்தான் செத்துப்போனானே, அடக்கமாகி நாலு நாளாச்சே!" என்ற சொற்களில் விடை பகர்ந்தான். அக்காக்கியின் மரணம் பற்றிய செய்தி இவ்வாறு அலுவலகத்துக்கு எட்டியது. மறுநாளே அவனது இடத்தில் புது எழுத்தன் அமர்ந்து விட்டான்; இவன் அவனைவிட எவ்வளவோ உயரம், இவன் கையெழுத்து அக்காக்கியின் போன்று நேராக இன்றி முன்சாய்ந்தும் கோணலாகவும் இருந்தது.

அக்காக்கியின் விஷயம் இத்துடன் தீர்ந்துவிடாது. எவராலும் பொருட்படுத்தப்படாத வாழ்வுக்குப் பரிசு போல மரணத்துக்குப் பின்பும் நகரத்தின் சர்ச்சைக்கு ஆளாகி இன்னும் சில நாள்கள் வாழ்ந்திருப்பது அவனுக்கு விதிக்கப்பட்டிருந்தது என்று யார்தான் கற்பனை செய்திருக்க முடியம்? ஆனால் நடந்ததென்னவோ அப்படித்தான். விளைவாக, நமது எளிய

கதையின் முடிவு எதிர்பாரா வகையில் அதிசய நிகழ்ச்சிகள் கொண்டதாக அமைந்துவிட்டது.

எழுத்தனது உருவமுள்ள பேய் ஒன்று கலீன்கின் பாலத்தருகிலும் அதற்கு வெகு தொலைக்கு அப்பாலுங்கூட இரவு வேளைகளில் தென்படுவதாகவும், பறிபோன மேல்கோட்டு ஒன்றை அது தேடுவதாகவும், இழந்த கோட்டை மீட்கும் பொருட்டு பதவியையும் அந்தஸ்தையும் பாராமல் எல்லாரது மேல்கோட்டுக்களையும் - பூனைத் தோல்வைத்தவை, நீர்நாய்த் தோல் வைத்தவை, பஞ்சு வைத்தவை. ராக்கூன் தோல், நரித்தோல், கரடித்தோல் ஆகியவற்றால் ஆனவை, மனிதர்கள் தங்கள் தோல்களை மூடிப் போர்க்கும் பொருட்டு உபயோகிக்கும் எல்லாவித மிருகங்களின் மென்மயிர்த் தோல்களுங்கொண்ட மேல்கோட்டுக்கள் அனைத்தையும் இந்தப் பேய் உருவிக்கொண்டு விட்டுவிடுவதாகவும் திடீரென்று பீட்டர்ஸ்பர்க் நகரில் வதந்தி பரவியது. துறை எழுத்தர்களில் ஒருவன் அந்தப் பேயைத் தன் கண்களாலேயே கண்டு அது அக்காக்கிய் தான் என்று அடையாளம் தெரிந்து கொண்டானாம்; அதனால் ஒரேயடியாகக் கிலிபிடித்துப் போய்க் குதிகால் பிட்டத்தில் பட விழுந்தடித்து ஓடிவிட்டதாகவும், எனவே பேயை நன்றாகப் பார்க்க முடியவில்லை என்றும், தூரத்திலிருந்து அது விரலை ஆட்டிப் பயமுறுத்தியதை மட்டுமே பார்த்ததாகவும் அவன் சொன்னான். இவ்வாறு மேல்கோட்டுகள் அடிக்கடி பறிக்கப்படுவதன் விளைவாகப் பட்டம் பெற்ற ஆலோசகர்கள் மாத்திரமே அல்லர், அந்தரங்க ஆலோசகர்கள் கூடத் தோள்களிலும் முதுகுகளிலும் குளிர் தாக்கும் அபாயத்துக்கு உள்ளாயிருப்பதாக நாற்புறமிருந்தும் இடைவிடாத முறையீடுகள் வரலாயின. இந்தப் பேயை உயிரின்றியோ உயிருடனோ பிடித்து, மற்றப் பேய்களுக்கு உதாரணமாயிருக்கும்படி, கொஞ்சங் கூடத் தயவு இன்றித் தண்டிக்குமாறு போலீஸாருக்கு உத்தரவிடப்பட்டது. போலீஸார் அதை அநேகமாகப் பிடித்தும் விட்டார்கள். கிர்யூஷ்கின் சந்தில் ரோந்து சுற்றிக் கொண்டிருந்த போலீஸ்காரன், அந்தப் பேயைக் குற்றம் இழைக்கப்பட்ட இடத்திலேயே, முன்பு புல்லாங்குழல் வாசித்துக் கொண்டிருந்து விட்டுத் தற்போது ஓய்வு பெற்றிருந்த இசைஞன் ஒருவன் மேலிருந்து ப்ரீஸ் கோட்டை அது உருவப்பார்த்த சமயத்தில், லபக்கெனக்

காலரைப் பற்றிக் கையும் மெய்யுமாகப் பிடித்துவிட்டான். காலரைப் பற்றிப் பிடித்தவன், கூப்பாடு போட்டு இன்னும் இரண்டு போலீஸ்காரர்களை உதவிக்கு அழைத்து, திருட்டுப் பேயைப் பிடித்துக் கொள்ளும்படி அவர்களிடம் ஒப்படைத்துவிட்டு, ஆயுளில் ஆறுமுறை கடுங்குளிர் தாக்கி மரத்துப் போயிருந்த மூக்கு மறுபடியும் விறைத்துப் போகும் முன் சூடேற்றுவதற்காக, காலணிக்குள் வைத்திருந்த பொடி டப்பியை எடுத்துத் திறந்தான்; அந்தப் பொடி பேயால் கூடத் தாங்க முடியாத அளவு காட்டமானது போலும். போலீஸ்காரன் வலது நாசித்துவாரத்தை விரலால் அழுத்திக் கொண்டு இடது நாசித்துவாரத்துக்குள் அரைக்கையளவு மூக்குத்தூளை உறிஞ்சி இழுப்பதற்குள் பேய் பலமாகத் தும்மிய தும்மலில் மூவர் கண்களிலும் சளி சிதறிவிட்டது. அவர்கள் கண்களைத் துடைத்துக் கொள்தற்காக முட்டிகளை உயர்த்தியபோது பேய் இருந்த சுவடு தெரியாமல் மறைந்து போய்விடவே, அது தங்கள் கைகளில் உண்மையாகவே பிடிபட்டதா இல்லையா என்று அவர்களுக்கே புரியவில்லை. அது முதல் போலீஸ்காரர்களுக்குப் பேய் என்றாலே குலை பதறலாயிற்று, எனவே அவர்கள் உயிருள்ளவர்களைக் கூடக் கைது செய்வதற்கு அஞ்சி, தொலைவிலிருந்த படியே, "யாரடா அது, டேய்! வழியைப் பார்த்து நட, ஊம்!" என்று அதட்டுவதோடு நிறுத்திக் கொண்டார்கள். எழுத்தனின் பேயோ, கலீன்கின் பாலத்துக்கு அப்பாலும் வளையவரத் தொடங்கி, பயந்த சுபாவமுள்ள மக்கள் எல்லோருக்கும் கலவரமும் திகிலும் விளைவித்தது.

முற்றிலும் உண்மையான இக்கதைக்கு அதிசயத் திருப்பம் ஏற்பட மெய்யாகவே காரணமாயிருந்த முக்கிய நபரை நாம் ஒரேயடியாக மறந்து விட்டோமே. முதலாவதாக ஒரு விஷயத்தைத் தெள்ளத் தெளிவாகக் குறிப்பிடுவது நியாயமாக நமது கடமை எனக் கருதுகிறோம். அதாவது தான் கடுமையாக விளாசிய அக்காக்கிய் அகன்ற பின்பு முக்கிய நபருக்கு மனத்தை என்னவோ செய்தது. பிறர்மீது அனுதாபம் அவரது இயல்புக்குப் புறம்பானதல்ல. அவருடைய இதயத்தில் பரிவுள்ள தூண்டல்கள் பல எழுவதுண்டு; அவரது பதவிதான் அவற்றை வெளிக்கிளம்பவொட்டாமல் தடுத்துவிடும். தாம் நீண்ட காலமாகப் பார்க்காத நண்பர் சென்றதுமே முக்கிய நபருக்கு பாவம் அக்காக்கியைக்

தேவமலர் | 109

குறித்துக் கவலை கூட உண்டாயிற்று. அன்று முதல், சோகை பிடித்த அக்காக்கியின் உருவம், அதிகார பூர்வமான கடிந்துரையைத் தாங்கத் திறனற்ற அந்த எழுத்தனின் உருவம், அவர் மனத்தைவிட்டு அகலவே இல்லை. அவனைப் பற்றிய எண்ணம் உள்ளத்தை ஒரேடியாக உலப்பவே, அவர் தமது எழுத்தர்களில் ஒருவனை அக்காக்கிய் வீட்டிற்கு அனுப்பி, அவன் எப்படி என்ன நிலையில் இருக்கிறான், அவனது கோட்டு கிடைத்துவிட்டதா, அவனுக்கு உண்மையாகவே உதவி செய்ய முடியுமா முடியாதா என்று தெரிந்துவரச் சொன்னார். அக்காக்கிய் ஜுரம் காரணமாகத் திடீர் மரணம் எய்தியதை அறிந்ததும் அவருடைய மனச்சாட்சி நாள் பூராவும் அவரை உறுத்தியது, அவர் நிம்மதியின்றி உழன்றார். கொஞ்சம் உற்சாகம் பெறும் பொருட்டும் மகிழ்வற்ற நினைவுகளை மறக்கும் நோக்கத்துடனும் அவர் மாலையில் தமது நண்பர் ஒருவர் இல்லத்துக்குச் சென்றார். அங்கே நிறையப் பேர் குழுமியிருப்பதையும், அதையும் விட மேலாக அவர்கள் எல்லாரும் அநேகமாகத் தமக்குச் சமமான பதவி வகிப்பவர்களே, எனவே தாம் கட்டிப் போட்டது போலிருக்கத் தேவையில்லை என்பதையும் கண்டார். இதனால் அவரது மனநிலைமையில் அற்புதமான மாறுதல் விளைந்தது. அவர் தங்கு தடையின்றி எல்லாருடனும் கலகலவென்று பழகினார், சுமுகமாகப் பேசினார், அன்பொழுக அளவளாவினார், மாலைப் பொழுதை இன்பமாகக் கழித்தார். சாப்பாட்டின் போது இரண்டு கிளாஸ் ஷாம்பெயின் அருந்தினார் & துன்ப நினைவுகளை அகற்ற இது கைகண்ட மருந்து என்பது யாவரும் அறிந்ததே. அன்றிரவைக் கழிப்பது பற்றிய அவரது திட்டம் ஷாம்பெயின் காரணமாகச் சற்று மாறுதல் அடைந்தது. அதாவது, உடனே வீட்டுக்குப் போகாமல் தமது தோழியான கரோலினா இவானொவ்னா என்ற சீமாட்டியின் (இவள் ஜெர்மானிய வம்சத்தில் வந்தவள் என்று தோன்றுகிறது; முக்கிய நபர் இவளுடன் மிகமிக நெருங்கிய நட்புறவு கொண்டிருந்தார்) வீட்டுக்குச் செல்வது என்று தீர்மானித்தார். முக்கிய நபர் இளைஞர் என்பதையும், நல்ல கணவர், குடும்பப் பற்றுள்ள தகுந்த தந்தை என்பதையும் இங்கே சொல்லிவிட வேண்டும். இரண்டு மகன்களும் (அவர்களில் ஒருவன் அரசாங்க ஊழியன்), அழகிய தோற்றமுள்ள பதினாறு வயதுப் பெண்ணும் (இவளுடைய

மூக்கு ஒரு சொல்லுக்கு வளைவான தென்றாலும் பார்வைக்கு நன்றாயிருந்தது) தினந்தோறும் காலையில் அவரிடம் வந்து, அவர் கையை முத்தமிட்டு, “bonjour, papa” என்று பிரெஞ்சு மொழியில் வணக்கம் தெரிவிப்பார்கள். இன்னும் இளமை குன்றாமலும் கண்ணுக்கு லட்சணமாயுமிருந்த அவரது மனைவி முதலில் தம் கையை அவர் முத்தமிடுவதற்காக நீட்டிவிட்டு அப்புறம் அதைத் திருப்பி அவர் கையை முத்தமிடுவாள். முக்கியநபர் மெல்லியல்பு வாய்ந்த இக்குடும்பப் பழக்கங்களால் மனநிறைவு கொண்டிருந்தபோதிலும், நகரின் வேறொரு பகுதியில், வெறுமனே நட்புக்காக மட்டும் தோழி ஒருத்தியைவைத்துக் கொள்வது முறையே எனக் கருதினார். இந்தத் தோழி அவருடைய மனைவியைக் காட்டிலும் இளமையானவளும் அல்லள், அழகியும் அல்லள்; ஆயினும் இம்மாதிரி விஷயங்கள் உலகில் நடப்பது இயல்புதானே, அவற்றைப் பற்றித் தீர்ப்புக் கூறுதற்கு தாம் யார்?

ஆக, முக்கிய நபர் நண்பர் வீட்டு மாடிப்படி இறங்கி வந்து, ஸ்லெட்ஜில் அமர்ந்து, “கரோலினா இவானொவ்னா வீட்டுக்கு வீடு” என வண்டிக் காரனிடம் சொல்லிவிட்டு, கதகதப்பான மேல்கோட்டால் உடம்பை இதமாகப் போர்த்திக் கொண்டு, இன்பமான மனநிலையில் திளைக்கலானார் (ருஷ்யனுக்கு இத்தகைய மனநிலையை விட மேலானது எதையும் கற்பனை செய்யவே இயலாது; அதாவது நாமாக எவ்விஷயத்தைப் பற்றியும் சிந்திக்காமல், ஒன்றை விட ஒன்று இன்பகரமான எண்ணங்கள் தாமே அகத்தில் எழுந்து விரைய, நாம் அவற்றைத் தொடரவோ தேடவோ கூடச் சிரமப்படத் தேவையற்ற நிலை இது). மிகுந்த மன நிறைவு கொண்டவராய், அன்று மாலையில் நடந்த களிதரும் நிகழ்ச்சிகள் அனைத்தையும், சிறிய நண்பர் குழாம் கொல்லெனச் சிரிக்கும்படி கூறப்பட்ட வேடிக்கைப் பேச்சுக்கள் எல்லாவற்றையும், எளிதில் நினைவு கூர்ந்து, அவற்றில் சிலவற்றை வாய்க்குள்ளாகவே திரும்பச் சொல்லிப் பார்த்து, அவை முன்போலவே நகைப்பூட்டுதைக் கண்டு மகிழ்ந்தார்; ஆகவே, அவர் வழிநெடுகப் பொங்கிப் பொங்கிச் சிரித்துக் கொண்டிருந்ததில் விந்தை எதுவும் இல்லை. சுழன்று சுழன்றடித்த காற்றுதான் எப்போதாவது அவரது களிப்பை இடைமறித்தது; எங்கிருந்தோ, என்ன காரணத்திற்கோ குப்பென்று வீசிய காற்று, அவர் முகத்தை

தேவமலர் | 111

வெட்டிச் செல்லும், அதன்மீது வெண்பனிச் சிதல்களை அப்பும், அவரது கோட்டுக் காலரைக் கப்பற்பாய் போன்று உப்பச் செய்யும், அல்லது சட்டென இயற்கைக்கு மீறிய வீறலுடன் அதைத் தூக்கி அவர் தலையை மூடுமாறு எறியும்; தலையைக் காலருக்குள்ளிருந்து விடுவிப்பதற்கு அவர் படாத பாடு படும்படிப் புரியும். தம் கோட்டுக் காலரை யாரோ மிக இறுகப் பற்றுவதைத் திடீரென உணர்ந்தார் முக்கிய நபர். திரும்பிப் பார்த்தவர், பழைய, நைந்த எழுத்தனது உடுப்பணிந்த குட்டையான ஆள் ஒருவனைக் கண்டார். அவன் அக்காக்கிய் என அடையாளந் தெரிந்துகொண்டதும் அவருக்குப் பெரும் பீதியுண்டாயிற்று. அவனது முகம் வெண்பனி போன்று வெளேரென்று, பிரேதம் போலக் காணப்பட்டது. இறந்தவனின் முகம் விகாரமாகக் கோணுவதைப் பார்த்ததுமே முக்கிய நபரின் பீதி எல்லை கடந்து போயிற்று. அக்காக்கிய் அக்காக்கியெவிச்சின் பேய், சவக்குழியின் பயங்கரச் சுவாசத்தை அவர் மீது விட்டவாறு பேசியது: “ஓகோ! நீயா! அகப்பட்டுக் கொண்டாயா கடைசியில்! முடிவில் உன்னை வசமாகப் பிடித்துக்கொண்டு விட்டேன். அப்படித்தானே! உன்னுடைய மேல்கோட்டுதான் எனக்கு வேண்டும்! என் மேல்கோட்டைப் பற்றிக் கவலையெடுத்துக் கொள்ளாதது மட்டுமன்று பிரமாதமாக அதட்டி உருட்ட வேறு செய்தாயே -கொடு இப்படி, உன்னுடைய மேல்கோட்டைக் கழற்றி!” என்றது. பாவம் முக்கிய நபரின் உயிர் தொண்டைக்குழிக்கு வந்துவிட்டது. அலுவலகத்தில் பொதுவாகக் கீழ் நிலை ஊழியர்களுக்கு எதிரில் அவர் படுவிறைப்பாக இருப்பவர் தாம், அவருடைய ஆண்தகைமை வாய்ந்த தோற்றத்தையும் உடற்கட்டையும் ஒரு பார்வை பார்த்ததுமே “அடேயப்பா, என்ன மிடுக்கு!” என எல்லாருமே சொல்லுவார்கள் என்றாலும், வீர வடிவமைப்பு கொண்ட வேறு பலரைப் போன்றே அவரும் இப்போது ஒரே கிலியடித்துப் போய், மாரடைப்பு வந்துவிடுமோ எனக் காரணத்துடனேயே கலவரமடைந்தார். மேல்கோட்டைத் தாமாகவே கழற்றிக் கடாசிவிட்டு வண்டியோட்டியை விளித்து, “வீட்டுக்கு விடு, நாற்கால் பாய்ச்சலில்!“ என உத்தரவிட்டார். வழக்கமாக அவர் நெருக்கடியான சமயங்களில்தான் இவ்வாறு கட்டளையிடுவார். ஆதலாலும் சொற்களைக் காட்டிலும் மிக வலிமை வாய்ந்த வேறு முறைகளைச் சில

வேளைகளில் பயன்படுத்துவார் ஆதலாலும், வண்டிக்காரன் பாதுகாப்பின் பொருட்டுத் தலையைத் தோள்களுக்கிடையே இடுக்கிக் கொண்டு, சாட்டையை வீசி, அம்புப் பாய்ச்சலில் குதிரைகளை விரட்டினான். ஆறே நிமிடங்களுக்குச் சற்றுக் கூடுதலான நேரத்திற்குள் முக்கிய நபர் தம் வீட்டு வாயில் போய்ச் சேர்ந்தார்.

வெளிறி, அரண்டு போய், மேல்கோட்டு இன்றி, கரோலினா இவானொவ்னாவிடம் செல்வதற்குப் பதில் தன் வீடு சேர்ந்து, எப்படியோ தட்டுத்தடுமாறி அறைக்குப் போனவர், இரவு முழுவதையும் நிம்மதியில்லாமல் கழித்தார். மறுநாள் காலையுணவு நேரத்தில் அவருடைய புதல்வி, "உங்கள் முகம் இன்று ஏனப்பா ஒரேயடியாக வெளுத்துப் போயிருக்கிறது?" என்று பச்சையாகவே கேட்டுவிட்டாள். அவரோ, பேசாவாயராய், முந்திய நாள் தனக்கு என்ன நேர்ந்தது, தான் போயிருந்தது எங்கே செல்ல விரும்பியது எங்கே என்பதையெல்லாம் பற்றி ஒரு வார்த்தை கூடக் கூறாமல் கம்மென்றிருந்தார்.

இந்த நிகழ்ச்சி அவர் உள்ளத்தில் ஆழப்பதிந்தது. இப்போதெல்லாம் அவர் தமது கீழ்நிலை ஊழியர்களிடம், "எப்படி ஐயா உமக்குத் துணிச்சல் வந்தது? யாரிடம் பேசுகிறோம் என்று தெரியுமா ஐயா உமக்கு?" என்று சொல்வது அரிதாகவே தான். அப்படியே சொன்னாலுங்கூட விஷயம் என்ன என்று எதிராளி விளக்கிய பின்பே.

இதைவிட வியப்பளிக்கும் சேதி என்னவென்றால் எழுத்தனின் பேய் நடமாடுவது அத்துடன் முற்றிலும் நின்று போயிற்று என்பதுதான். ஜெனரலின் மேல்கோட்டு அதற்கு நன்கு இசைந்துவிட்டது போலும்; குறைந்தபட்சம் இதற்குப் பின் யாருடைய மேல்கோட்டும் பறிக்கப்பட்டதாகப் புகார் வரவில்லை. ஆம், துருதுருவென்று வம்புக்கு அலையும் சில உற்சாகப் பேர்வழிகள் மட்டும் நகரின் வெளிப்புறப் பகுதிகளில் எழுத்தனின் பேயினுடைய நடமாட்டம் இன்னும் இருந்து வருவதாகச் சாதித்தார்கள். உண்மையில் கலோம்னாவைச் சேர்ந்த போலீஸ்காரன் ஒருவன் அந்தப் பேய் ஒரு வீட்டின் பின்பக்கத்திலிருந்து வருவதைத் தன் கண்களாலேயே கண்டான்; ஆனால் அவன் பலவீனமான உடலினன் (ஒரு தடவை வீட்டுக்குள்ளிருந்து பாய்ந்து வந்த

சாதாரணப் பன்றிக்குட்டியொன்று அவனைக் காலை வாரி விழத் தட்டிவிட்டது; சுற்றிலும் நின்று கொண்டிருந்த வண்டிக்காரர்கள் அதைப் பார்த்து வாய்விட்டுக் கெக்கலி கொட்டி நகைக்கவே அவன் அவர்கள் ஒவ்வொருவருக்கும் அரைக் கோப்பெக் அபராதம் - பொடி வாங்கும் பொருட்டு - விதித்தான். ஆதலால் பேயைத் தடுத்து நிறுத்தத் துணியாமல், இருளில் அதைத் தொடர்ந்து சென்றான். கடைசியில் பேய் திரும்பிப் பார்த்து, சட்டென நின்று, "உனக்கு என்ன கேட்கிறது?" என்று வினவி, உயிருள்ளவர்களிடம் பார்க்கவே முடியாத அளவு பெரிய முட்டியைக் காட்டியது. போலீஸ்காரன், "ஒன்றுமில்லை" எனச் சொல்லிவிட்டு அக்கணமே திரும்பி நடையைக் கட்டினான். ஆனால் இந்தப் பேய் மிக மிக அதிக உயரமாக இருந்ததாம், அடர் மீசை வைத்திருந்ததாம்; ஒபுகோவ் பாலத்தின் பக்கமாகப் போய் இரவின் இருளில் மறைந்துவிட்டதாம்.

..

4

விருந்தாளி

ஆல்பெர் காம்யூ

தமிழில்: க.நா.சு

சரிவான பாதையிலே தூரத்தில் தன்னை நோக்கி ஏறி வந்த இருவரையும் பார்த்துக்கொண்டு நின்றார் ஆசிரியர்.

ஒருவன் குதிரை மேல் வந்தான்; மற்றொருவன் நடந்து வந்தான். இன்னும் செங்குத்தான குன்றை அவர்கள் அடையவில்லை. அதைத் தாண்டியே அவர்கள் பள்ளிக்கூடத்தை அடைய முடியும். ஏறி வருவது சிரமமான காரியம்தான். பனி வேறு பெய்ததால் சற்று மெதுவாகவே வந்தனர் அவர்கள். மனித சஞ்சாரமேயற்ற சரிவு அது. காலடியிலிருந்த கற்களில் குதிரை அடிக்கடி இடறிற்று. காதில் எதுவும் விழவில்லை - ஆனால் குதிரையின் மூச்சுக்காற்று வெண்மையான பனிப்படலமாகத் தெரிந்தது. ஒருவனுக்கு வழி தெரியும் போல இருந்தது. இரண்டு நாட்களுக்கு முன்னரே பனிக்கடியில் பாதை மூடிவிட்டது. எனினும் பாதை தெரிந்தே வந்தனர் அவர்கள். குன்றேறி வர அவர்களுக்கு அரைமணி நேரமாவது ஆகும் என்று எண்ணினார் ஆசிரியர்.

குளிராக இருந்ததால் உள்ளே போய், தனக்கு அணிந்துகொள்ள ஒரு ஸ்வெட்டர் எடுத்து வந்தார். குளிர்ந்து காலியாக இருந்த வகுப்பறையைத் தாண்டினார். கரும்பலகையில் நாலு வர்ணங்களில் ஃபிரான்சு தேசத்து நாலு நதிகளும் மூன்று நாட்களாகக் கடலை நோக்கி ஓடிக்கொண்டிருந்தன. எட்டு மாதங்களாக மழையோ, மேகமோ இல்லாதிருந்தது - திடீரென்று மூன்று நாட்களுக்கு முன் பனிப்புயல் வீசியது - அக்டோபர் மத்தியில் சுற்று வட்டத்து மலைச்சரிவுகளிலே வசித்த இருபது மாணவர்களும் வருவதையே நிறுத்தி விட்டார்கள்.

பனி ஓய்ந்த பின் அவர்கள் வருவார்கள். தனக்கு வசிக்க இருந்த ஒரே அறையில் மட்டும் கணப்பு மூட்டி உஷ்ணமாக்கி வைத்திருந்தார் ஆசிரியர் டாரு. வகுப்பறைக்குப்

பக்கத்து அறை அது. மலைமேல் போக கிழக்கே வாசல் இருந்தது. வகுப்பறை ஜன்னல்கள் போலவே அவர் அறை ஜன்னல்களும் தெற்கு நோக்கியிருந்தன. பனியில்லாத தெளிவான நாட்களில் மலைத்தொடருக்கப்பால் பாலைவனம் போகும் பள்ளத்தாக்கு தெரியும் - அந்த ஜன்னல் வழியாக.

அறையில் உஷ்ணக் கதகதப்பு ஏறியதும் டாரு முதலில் அந்த இரண்டு மனிதர்களைக் கண்ட ஜன்னலுக்குத் திருப்பினார். அவர்கள் இப்போது கண்ணில் படவில்லை. கடைசிக் குன்று ஏறத் தொடங்கியிருப்பார்கள். வானம் அவ்வளவு இருட்டாக இல்லை - பனி விழுவது சற்றே நின்றிருந்தது. அழுக்குப் படிந்த ஒளியோடு தொடங்கிய காலைப் பொழுது, மேகங்கள் அகன்றும் இருட்டாகவே தான் இருந்தது - ஒளி கூட வில்லை. மாலை இரண்டு மணிக்கும் கூட அப்போதுதான் பொழுது விடிந்தது போல இருந்தது. ஆனாலும் முந்திய மூன்று நாட்களையும் விட இது தேவலை. இருளும் அடர்ந்து பனியும் விழுந்து கொண்டிருந்தது அந்த மூன்று நாட்களும். காற்றும் விட்டுவிட்டு விசிறி விசிறி அடித்துக் கொண்டிருந்தது. தன் அறையிலேயே நெடுநேரம் டாரு முடங்கிக் கிடக்க வேண்டியதாக இருந்தது - வேறு எதுவும் செய்வதற்கில்லை. அவசியமானால் கணப்புக்குக் கரி கொணரவோ அல்லது கோழிக்குஞ்சுகளுக்குத் தீனி வைக்கவோ போனார் கொட்டகைக்கு. அதிர்ஷ்டவசமாக டாஜ்டிட்டிலிருந்து சாமான்கள் கொண்டு வரும் ட்ரக் இரண்டு நாட்களுக்கு முன்தான் வந்து போயிருந்தது. வடக்கே அருகிலுள்ள கிராமம் டாஜ்டிட்தான். இன்னும் இரண்டு நாள் கழித்து டிரக் மேலும் தேவையான சாமான்களைக் கொண்டு வரும்.

தவிரவும் அங்கு ஒரு முற்றுகை நேர்ந்துவிட்டால் கூடச் சமாளித்துக் கொள்வதற்கும் போதுமான உணவுப் பண்டங்கள் இருந்தன. மழை பெய்யாத காரணத்தால் விளைச்சல் காணவில்லை. விளைச்சல் காணாது பட்டினி கிடக்க வேண்டி வந்துவிட்ட அவர் மாணவர்களின் குடும்பங்களுக்குப் பகிர்ந்தளிப்பதற்கு என்று பள்ளி ஆசிரியருக்கு அரசாங்கம் தந்திருந்த கோதுமை மூட்டைகள் அந்தச் சின்ன அறையிலே அங்குமிங்குமாக அடைத்துக் கொண்டு கிடந்தன. உண்மையில் அவர்கள் எல்லோருமே ஏழைகள் என்பதனால் பஞ்சத்திலடிக்கப் பட்டவர்கள்தான்.

ஒவ்வொரு நாளும் டாரு குழந்தைகளுக்கு தானியத்தை அளந்து - இவ்வளவென்று - தருவார். இந்த மூன்று நாட்களும் அது கிடைக்காததால் அவர்கள் கஷ்டப்பட்டிருப்பார்கள். யாராவது பெற்றவனோ, சகோதரனோ தானியம் வேண்டும் என்று மாலையில் வந்தாலும் வருவான். அடுத்த அறுவடை வரையில் அவர்கள் சமாளிக்க வேண்டுமே! கப்பல் கப்பலாக ஃபிரான்சிலிருந்து கோதுமை வந்தது. பஞ்சத்தின் மோசமான நாட்கள் தீர்ந்து விட்டன. ஆனால் அந்தக் கடும் ஏழ்மையை மறப்பது என்னவோ சிரமம்தான். சூரிய ஒளியிலே கந்தலாடை உடுத்தி கண்குழி விழுந்த பட்டினிப் பட்டாளத்தை மறக்க இயலுமா? மழையில்லாமல் தீய்ந்து கருகிய நிலமும், புழுதி எழுப்பிய வயல்களும் காலடியிலே கல்லு கூடப் பொடியாகும் நிகழ்ச்சியும் மறப்பதற்கில்லை. ஆயிரக்கணக்கான ஆடுகள் இறந்தன. சில மனிதர்களும்தான் - எத்தனை, எங்கே என்று ஒருவருக்கும் தெரியாது.

இந்த ஏழ்மையோடு ஒப்பிடும்போது இத்தனை தனிமையான இடத்தில் பள்ளிக்கூடம் நடத்திக்கொண்டிருந்த தன்னை ஒரு பிரபு என்று தான் சொல்ல வேண்டும். தனக்குக் கிடைத்தது, இருந்தது போதுமென்ற மனத்துடன் வாழ்ந்தார் அவர். இந்தக் கடினமான வாழ்வு அவருக்கு உகந்ததாக இருந்தது. அவர் சுவர்கள் வெள்ளை வைத்திருந்தன. படுத்து உறங்க குறுகிய கட்டில் - வர்ணம் தீட்டாத மர அலமாரிகள் - பின் பக்கத்துக் கிணறு - வாரத்துக்குத் தேவையான உணவுப் பொருள்களும் குடிநீரும் - இதுதான் அவர் வாழ்வு. திடீரென்று பனி பெய்யத் தொடங்கியது - மழை என்கிற சுவடேயில்லாமல். இந்தப் பிராந்தியமே அப்படித்தான். இங்கு வாழ்க்கை மகா கடினமானது. மனிதர்களும் மோசந்தான். அவர்கள் இருப்பதால் இப்பிரதேசத்து வாழ்வு சுலபமாகி விடுவதில்லை. ஆனால் டாரு இந்த வாழ்க்கைக்கே பிறந்தவர் - அவர் மற்றவர்களைத்தான் அந்நியப் பேர்வழிகளாக உணர்ந்தார்; வேறு இடத்துக்குப் போனால் தன்னை அந்நியனாக உணர்ந்தார்.

பள்ளிக் கட்டிடத்து வெளி வராண்டாவில் வந்து நின்றார் அவர். குன்றில் பாதி வழி ஏறி வந்து கொண்டிருந்தனர் இருவரும். குதிரை மேல் வந்தது பால்டுச்சி — போலீஸ்காரன். அவனை வெகு நாட்களாகவே அவருக்குப் பழக்கமுண்டு. இரண்டாவது பேர்வழி ஒரு அராபியன் - அவனைக்

கயிற்றில் பிணைத்துக் கயிற்றின் ஒரு கோடியைத் தன் கையில் பிடித்திருந்தான் பால்டுச்சி; அராபியனின் கைகள் பிணைக்கப்பட்டிருந்தன; தலை குனிந்தபடியே குதிரைக்குப் பின் நடந்து வந்தான் அவன். டாருவைப் பார்த்துக் கையை ஆட்டினான் போலீஸ்காரன் - அதற்குப் பதில் சைகை செய்யவில்லை அவர். வெளிரிட்ட நீல ஜெல்லாபா சட்டை அணிந்து, காலில் செருப்புகளுடன், ஆனால் கனமான கம்பளி ஸலக்ஸ் அணிந்து தலையில் சேச்சே முண்டாசு கட்டியிருந்த அந்த அராபியனையே பார்த்துக்கொண்டு சிந்தனையில் ஆழ்ந்தவராக நின்றார் டாரு. அவர்கள் நெருங்கி வந்து கொண்டிருந்தனர். அராபியனை வேகமாக இழுத்துக் குதிரை துன்புறுத்தாத வண்ணம் அதை அடக்கிப் பிடித்துக்கொண்டு மெதுவாகவே வந்தான் போலீஸ்காரன்.

கூப்பிடு தூரத்தில் வந்ததும் பால்டுச்சி உரக்கச் சொன்னான். "எல் அமேரிலிருந்து இந்த மூன்று கிலோ மீட்டர்களையும் கடக்க ஒரு மணி நேரமாயிற்று" என்று கூவினான். டாரு பதில் தரவில்லை. தடித்த ஸ்வெட்டரை அணிந்துகொண்டு குள்ளமாக, சற்று தூரமாகக் காட்சியளித்தபடி நின்ற அவர் அவர்கள் தன்னை அணுகுவதைக் கவனித்துக் கொண்டே நின்றார்.

அராபியன் ஒரு தடவை கூடத் தலை நிமிர்ந்து பார்க்கவில்லை. பள்ளிக் கட்டிட வாசலை அவர்கள் அடைந்ததும், "ஹலோ" என்றார் டாரு. "உள்ளே வாருங்கள். குளிருக்கு அடக்கமாக, கதகதப்பாக இருக்கும்" என்றார். கையில் பிடித்திருந்த கயிறு முனையை விட்டுவிடாமல் கீழே குதித்தான் பால்டுச்சி. அவன் கால்களில் வலி கண்டிருந்தது போலும். குத்திட்டு நின்ற மீசைக்குக் கீழே அவன் உதடுகள் டாருவைக் கண்டு புன்சிரிப்பால் மலர்ந்தன. பழுப்பேறிய நெற்றிக்குக் கீழே சிறிய இருண்ட கண்கள். முகவாய்க்கட்டை, உதடுகளைச் சுற்றி பல சுருக்கங்கள் விழுந்திருந்தன. தோற்றத்தில் அவன் ஒரு ஆராய்ச்சி மாணவன். புத்தகப்புழு என்று கூடச் சொல்லலாம் போல இருந்தது.

டாரு குதிரை லகானைப் பிடித்து அதைப் பின்பக்கம் கொட்டகைக்கு இழுத்துச் சென்றார். பிறகு வந்து இருவருடனும் பள்ளியில் அறையில் சேர்ந்து கொண்டார். பின்னர் அவர்களைத் தன் அறைக்குள் அழைத்துச்

சென்றார். "வகுப்பறையை உஷ்ணமாக்குகிறேன். இதைவிட அது செஜகரியமாக இருக்கும் நமக்கு" என்றார். மீண்டும் அவர் தன் அறைக்குள் வந்தபோது, பால்டுச்சி ஆசனத்தில் வீற்றிருந்தான். அராபியனுடன் தன்னைக் கட்டியிருந்த கயிற்றை அவிழ்த்து விட்டிருந்தான். அராபியன் கணப்பருகில் குந்தியிருந்தான். அவன் கைகள் இன்னமும் கயிற்றால் கட்டப்பட்டேயிருந்தன. "சேச்சே" முண்டாசை சற்று மேலுக்குச் சாய்ந்தாற் போலத் தள்ளியிருந்தான். ஜன்னல் பக்கம் பார்த்துக் கொண்டிருந்தான். அவன் முகத்தில், டாருவின் கண்களில் பட்டது அவனுடைய தடித்த உதடுகள்தான். வழுவழுப்பாக நீக்ரோ உதடுகள் போலத் தடித்திருந்தன அவை. முண்டாசுக்குக் கீழே இருந்த நெற்றி அவன் பிடிவாதக்காரன் என்பதை அறிவுறுத்தியது. குளிரால் வர்ணம் சற்றுப் போன தடித்ததோல், அவன் முகத்திலே ஒரு அமைதியின்மையும், புரட்சி பாவமும் இருந்தது என்று டாரு கவனித்தார். தன்னை நேருக்கு நேர் நிமிர்ந்து அந்த அராபியன் பார்த்தபோது அப்படித்தான் டாருவுக்குத் தோன்றியது.

"அடுத்த அறைக்குப் போ".

"நான் உனக்குக் கொஞ்சம் மிண்ட் தேநீர் தயாரித்துத் தருகிறேன்" என்றார் டாரு.

"தாங்க்ஸ்" என்றான் பால்டுச்சி. "என்ன தொல்லை இந்த வேலையிலே? எப்படா ரிடையர் ஆகப் போகிறேன் என்று இருக்கிறது." தனது கைதியை நோக்கி அராபிய மொழியில் கூறினான். "வா! வா! நீயும்தான்" என்றான்.

அராபியினும் எழுந்தான்; மெதுவாகக் கட்டப்பட்ட தன் கைகளை முன்னால் நீட்டிக் கொண்டு வகுப்பறைக்குள் சென்றான். தேநீருடன் டாரு ஒரு நாற்காலியையும் கொண்டு வந்தார். ஆனால் பால்டுச்சி மிகவும் அருகிலிருந்த ஒரு மாணவனுடைய சரிவு மேசையின் மேல் வீற்றிருந்தான் - கணப்பைப் பார்த்துக் கொண்டு உட்கார்ந்திருந்தான். கணப்போ மேஜைக்கும் ஜன்னலுக்கும் இடையில் இருந்தது. கைதியின் பக்கம் தேநீரை நீட்டுகிறபோது டாரு அவன் கட்டப்பட்ட கைகளைக் கண்டு சற்று தயங்கினார்.

"கட்டை அவிழ்த்துவிடலாமே!"

தேவமலர் | 119

“அவிழ்த்துவிடலாம். பிரயாணத்தை உத்தேசித்துக் கட்டியதுதான்” என்றான் பால்டுச்சி.

அவன் எழுந்திருக்க முயன்றான். அதற்குள் டாரு அந்த அராபியன் பக்கத்தில் மண்டியிட்டு, தேநீர்க் கோப்பையைத் தரையில் வைத்துவிட்டு, கைகளைக் கட்டியிருந்த கட்டை அவிழ்த்துவிட்டார். ஒரு வார்த்தையும் பேசாமல், ஜுரம் அடித்தவனுடையது போன்ற கண்களுடன் அராபியன் அவரையே பார்த்துக் கொண்டிருந்தான். கைகள் விடுவிக்கப்பட்டதும் கட்டின் இறுக்கத்தால் வீங்கியிருந்த மணிக்கட்டுகளைத் தடவிக் கொடுத்துக்கொண்டிருந்தான். தேநீர்க் கோப்பையை எடுத்து சூடான தேநீரை அவசர அவசரமாக விழுங்கினான்.

“நல்லது” என்றார் டாரு. “நீ எங்கே கிளம்பினாய்?” தேநீர்க் கோப்பையிலிருந்து மீசையை வெளியே எடுத்தான் பால்டுச்சி.

“இங்கேதான் ஐயனே!”

“வேடிக்கையான மாணவர்கள்தான்! இரவு இங்கு தங்குவீர்களா?” “இல்லை. நான் அல்மேருக்குத் திரும்பிப் போகிறேன். ஆசாமியை நீ டாஜ்டிட்டில் கொண்டு போய் சேர்க்க வேண்டும். அவனைப் போலீஸ் தலைமைக் காரியாலயத்தில் எதிர்பார்க்கிறார்கள்.”

பால்டுச்சி டாருவைப் பார்த்து ஒரு தோழமையுடன் சிரித்தான் “இது என்ன கதை இது? என்னிடம் விளையாடுகிறாயா நீ?” என்றார் டாரு.

“இல்லை ஐயனே! எனக்குக் கிடைத்த உத்தரவு இதுதான்.”

“உத்தரவா! யாருக்கு? எனக்கா?” டாரு தயங்கினார். அந்தக் கிழட்டுக் கார்ஸிகன் போலீஸ்காரனுக்கும் வருத்தம் தர அவர் விரும்பவில்லை. “அதாவது, அது என் வேலையில்லையே!”

“என்ன? அப்படியென்றால் என்ன அர்த்தம்? யுத்த காலத்தில் எல்லோரும் எல்லா வேலைகளையும் செய்ய வேண்டியதுதான்.”

“யுத்த காலம் வரும் வரையில் நான் காத்திருக்கிறேன்.”

பால்டுச்சி தலையை ஆட்டினான்.

"அது சரி. ஆனால் உத்தரவு இருக்கிறது - உன் அளவிலும்தான். ஏதோ விசேஷம் இருக்கிறது என்று தோன்றுகிறது. புரட்சி ஒன்று உருவாகிக் கொண்டிருப்பதாகப் பேசிக் கொள்கிறார்கள். இதுவும் ஒரு அம்சத்தில் யுத்த காலம்தான்."

டாரு இன்னமும் பிடிவாதமாகவே காணப்பட்டார்.

"கேளும் ஐயனே!" பால்டுச்சி சொன்னான். "எனக்கு உன்னைப் பிடிக்கும், இருந்தாலும் நீ விஷயத்தைப் புரிந்து கொள்ள முயலவேண்டும். எல் அமேரில் நாங்கள் ஒரு டஜன் பேர்வழிகள்தான் இருக்கிறோம். பொறுப்பு பூராவும் எங்களுடையது. ஆகவே நான் அதிகநேரம் அங்கிருந்து அப்பால் போய்விட முடியாது. இந்த மனிதனை உன்னிடம் ஒப்புவித்து விட்டு தாமதமன்னியில் திரும்பச் சொல்லி எனக்கு உத்தரவு. அங்கு அவனை வைத்திருக்க இயலாது - அவன் கிராமத்தவர் அசையத் தொடங்கிவிட்டனர். அவனை விடுவித்துக் கொண்டு போக அவர்கள் தயாராக இருந்தனர். நாளை மாலைக்குள் அவனை டாஜ்டிட்டில் கொண்டு போய்ச் சேர்த்துவிட வேண்டும். உன்னைப் போல பலசாலிக்கு இருபது கிலோ மீட்டர்கள் பற்றிக் கவலை என்ன வந்தது? அதற்குப் பிறகு உன் மாணவர்களை நாடி உன் செஜக்கியமான வாழ்வுக்குத் திரும்பிவிடலாம்."

சுவருக்கு அப்பால் குதிரை கனைப்பதும், பூமியைக் காலால் உதைப்பதும் காதில் விழுந்தது. டாரு ஜன்னல் வழியே பார்த்துக் கொண்டிருந்தார். பனி மூட்டம் விலகி, மலைகள் மேல் வெய்யில் ஒளிபடரத் தொடங்கிவிட்டது. பனிப்புயல் அகன்றுவிடும். பனியெல்லாம் உருகிய பின்னர், மீண்டும் சூரியன் ஆட்சி தொடங்கிவிடும். மனிதன் வரமுடியாத பிரதேசமாகி விடும் அது மீண்டும்.

"அது சரி - அவன் என்ன செய்தான்?" என்று பால்டுச்சியைப் பார்த்துக் கேட்டார் டாரு. ஆனால், போலீஸ்காரன் பதில் சொல்ல வாயைத் திறக்கும்முன், "அவன் ஃபிரெஞ்சு பேசுவானா?" என்றார்.

"தெரியாது - ஒரு வார்த்தை கூடத் தெரியாது. அவனை ஒரு மாதமாகத் தேடிக் கொண்டிருந்தோம். அவன்

கிராமத்தார் அவனை ஒளித்து வைத்திருந்தனர். அவன் தனது உறவினன் ஒருவனைக் கொன்றுவிட்டான்."

"நமக்கு எதிரியா அவன்?"

"இல்லை என்று எண்ணுகிறேன். ஆனால் இதெல்லாம் நிச்சயமாகச் சொல்வதற்கில்லை."

""எதற்காகக் கொன்றான்?"

"ஏதோ குடும்பத் தகராறு. ஒருவன் மற்றவனுக்குத் தானியம் தர வேண்டுமாம். அப்படி எதுவும் தெளிவாகத் தெரியவில்லை. ஒரு அரிவாளால் சீவிவிட்டான் — கழுத்தை வெட்டிவிட்டான். "சதக்" என்று ஆட்டின் கழுத்தைச் சீவுவதைப் போல."

தன் கழுத்தில் கை வைத்து எப்படி என்று இழுத்துக் காட்டினான் பால்டுச்சி. இதைக் கண்ட அராபியன் கவலையுடன் அவனைப் பார்த்துக் கொண்டு உட்கார்ந்திருந்தான். டாருவுக்குத் திடுதிப்பென்று கோபம் வந்தது - அழுகிப் போன வஞ்சம் என்றும், சகமனிதனிடம் வெறுப்பு என்றும், ரத்த வெறி கொண்டும் செயல்படுகிற மனிதர்கள் மேல் வெறுப்புத் தோன்றியது.

ஆனால் அடுப்பின் மேலே கெட்டில் பாடியது. பால்டுச்சிக்கு மேலும் தேநீர் தந்தார். சற்றுத் தயங்கி விட்டு அரேபியனுக்கும் மீண்டும் தேநீர் தந்தார். இரண்டாவது தடவை கிடைத்த தேநீரையும் அவசரம் அவசரமாகப் பருகினான் அந்த அராபியன். அவன் கைகளைத் தூக்கியபோது சட்டை விலக, அவனுடைய மெலிந்த தசைநார் வலுவான மார்பு பிரதேசத்தையும் டாரு பார்த்தார்.

"தாங்க்ஸ் ஐயனே! நான் கிளம்புகிறேன் இப்போது" என்றான் பால்டுச்சி.

எழுந்து அந்த அராபியனை அணுகியபடியே தன் சட்டைப் பையிலிருந்து ஒரு சிறு கயிரை எடுத்தான்.

"என்ன செய்கிறாய்?" என்று கேட்டார் டாரு அமுத்தலாக. பால்டுச்சி தடுமாறியவனாகத் தன் கையிலிருந்த கயிறைத் தூக்கிக் காட்டினான்.

"வேண்டாம். கட்டாதே."

""உன் இஷ்டம். உன்னிடம் துப்பாக்கியிருக்கிறதா?"

"என் ஷாட்டுகன் இருக்கிறது."

"எங்கே?"

"என் பெட்டியில் இருக்கிறது."

"படுக்கையருகே தயாராக வைத்திருக்க வேண்டும் நீ அதை."

"எதற்காக? நான் எதைக் கண்டு அஞ்ச வேண்டும்?"

"பைத்தியக்காரன் நீ! புரட்சி வந்துவிட்டால் ஒருவரும் ஆபத்தில்லாதவர்கள் இல்லை. எல்லோருக்கும் ஒரு கதிதான்."

"என்னைக் காப்பாற்றிக் கொள்ள எனக்குத் தெரியும். அவர்கள் அணுகுவதை வெகு தூரத்துக்கப்பாலிருந்தே நான் காண முடியும்."

பால்டுச்சி சிரிக்க ஆரம்பித்தான். பிறகு தன் மீசையால் தன் பற்களைக் கெட்டியாக மூடிக் கொண்டான். "நேரம் இருக்குமா?" அதுசரி. அதைத்தான் சொன்னேன் நானும். நீ அரைப் பைத்தியம். அதனால்தான் உன்னிடம் நான் பிரியம் வைத்திருக்கிறேன். என் மகன் கூட அப்படித்தான் இருந்தான்."

அதேசமயம் அவன் தன் ரிவால்வரை எடுத்து மேசைமேல் வைத்தான். "இதை வைத்துக்கொள். இங்கிருந்து எல் அமேர் போவதற்கு இரண்டு துப்பாக்கி எனக்குத் தேவையில்லை."

கறுப்பு வர்ணம் அடித்திருந்த மேஜை மேல் ரிவால்வர் பளபளத்தது. போலீஸ்காரன் தன் பக்கம் திரும்பியபோது பள்ளி ஆசிரியர் தோல், குதிரை இவற்றின் வாடையை உணர்ந்தார்.

"கேள் பால்டுச்சி", என்றார் டாரு திடீரென்று, "இந்த விஷயத்தில் எதுவும் எனக்குக் கசப்புத் தராதது இல்லை. இந்த அராபியனைக் கண்டாலே எனக்குக் கரிக்கிறது. ஆனால் அவனை நான் போலீஸ் காரியாலயத்தில் கொண்டு போய் விடமாட்டேன். சண்டை போட வேண்டுமா - அவசியமானால் போடுகிறேன். அது மட்டும் வேண்டாம், பாவம்!"

கிழட்டு போலீஸ்காரன் அவர் எதிரில் நின்று அவரைக் கடுமையாகப் பார்த்தான்.

"நீ முட்டாள்" என்றான் மெதுவாக. "எனக்கு மட்டும் அவனைப் பிடித்து ஒப்படைக்கப் பிடிக்கிறதா? எனக்கும் பிடிக்கவில்லை தான். ஒரு மனிதனைக் கட்டிப் போடுவது என்பது எத்தனை வருஷம் பழக்கமானாலும் பிடிக்காத விஷயம்தான் - வெட்கமாகக்கூட இருக்கிறது. ஆனால் அதற்காக அவர்கள் இஷ்டப்படி நடக்கவும் விட்டுவிட முடியாதே?"

"நான் அவனைக் கொண்டு போய் போலீஸில் ஒப்படைக்க மாட்டேன்" என்றார் டாரு மீண்டும் ஒரு தரம்.

"அது ஒரு உத்தரவு. நான் திருப்பிச் சொல்கிறேன் உத்தரவை. அவ்வளவுதான்."

"அது சரி நான் சொன்னதை அவர்களிடம் சொல்லிவிடு; நான் அவனைக் கொண்டு போய் போலீஸில் ஒப்படைக்க மாட்டேன்."

சிந்திக்க முயன்றான் பால்டுச்சி. அராபியனைத் திரும்பிப் பார்த்தான். டாருவைப் பார்த்தான். கடைசியில் ஒரு தீர்மானத்துக்கு வந்தான். "மாட்டேன். நான் அவர்களுக்கு எதையும் சொல்ல மாட்டேன். உன்னைக் காட்டித் தர மாட்டேன். கைதியை இங்கு கொணர்ந்து உன்னிடம் விடச் சொல்லி எனக்கு உத்தரவு. அதை நடத்திவிட்டேன். இதோ இதில் கையெழுத்துப் போட்டுக் கொடு."

"அதற்கு அவசியமில்லை. நீ உன் உத்தரவை நிறைவேற்றிவிட்டாய் என்பதை நான் மறைக்கவே மாட்டேன்."

"என்னிடம் கோபித்துக் கொள்ளாதே! நீ உண்மையைச் சொல்வாய் என்று எனக்குத் தெரியும். நீ இந்தப் பக்கத்து மனிதன் - அதுவும் ஆண்மகன். ஆனால் கையெழுத்திட்டுத் தா, சட்டம் இதுதான்" என்றான் பால்டுச்சி.

அதற்கு மேல் ஆட்சேபிக்கவில்லை டாரு. தனது மேஜை டிராயரை இழுத்து ஒரு சதுர உருவமான இங்க் புட்டியை எடுத்து, கையெழுத்து எழுதிக்காட்ட வைத்திருந்த பெரிய பேனாவினால் பர்பிள் மசியால் கையெழுத்திட்டுக் கொடுத்தார். போலீஸ்காரன் பால்டுச்சி அந்தக் கடிதத்தை

மடித்துத் தன் தோல் பைக்குள் சொருகிக் கொண்டான். வாசல் பக்கம் நகர்ந்தான்.

"இரு வந்து வழியனுப்புகிறேன்" என்றா டாரு.

"வேண்டாம்" என்றான் பால்டுச்சி. "நீ என்னை அவமதித்துவிட்டாய். இப்போது மட்டும் மரியாதை என்ன வந்தது?"

இருந்த இடத்திலேயே அசையாது கிடந்த அந்த அராபியனை ஒரு விநாடி திரும்பிப் பார்த்தான். முகத்தை சிணுக்கிக் கொண்டே மூக்கை இழுத்தான். வாசல் பக்கம் திரும்பினான். "வரேன் மகனே" என்றான். கதவைத் திறந்து சாத்திக் கொண்டு வெளியே போனான். ஜன்னல் வழியாக ஒரு கணம் கண்ணில் பட்டான்; பிறகு மறைந்துவிட்டான். பனி கிடந்த பாதையிலே அவன் காலடிச் சத்தம்கூடக் கேட்கவில்லை. சுவருக்கப்பால் குதிரைக் குளம்பொலி கேட்டது. சில கோழிக்குஞ்சுகள் சிறகடித்து வழியை விட்டுப் பறப்பதும் காதில் விழுந்தது. அடுத்த விநாடி ஜன்னலுக்கு வெளியே பால்டுச்சி மறுபடியும் கண்ணில் பட்டான். குதிரையை லகானால் பிடித்துக் கொண்டு வந்தான். சிறு குன்றுப் பக்கம் குதிரை பின்தொடர நடந்து, ஒரு தரம்கூடத் திரும்பிப் பார்க்காமல் நகர்ந்து விட்டான். உருட்டிவிடப்பட்டு ஒரு பெரிய கல் பாதையிலிருந்து கீழே உருண்டோடுவது காதில் விழுந்தது. டாரு கைதியின் பக்கம் திரும்பி நடந்து அவனை அணுகினார். அவரை விட்டுக் கண்ணை எடுக்காமல் பார்த்துக் கொண்டு உட்கார்ந்திருந்த கைதியிடம், "இரு" என்று அரபி மொழியில் சொல்லிவிட்டுத் தன் படுக்கையறைக்குள் போனார். கதவைத் தாண்டும்போது வேறு ஒரு யோசனை வரவே திரும்பி வந்து மேஜை மேல் கிடந்த ரிவால்வரை எடுத்துத் தன் சட்டைப்பைக்குள் திணித்துக் கொண்டு வெளியே போனார். திரும்பிப் பார்க்காமல் தன் அறைக்குள் சென்றார்.

சிறிது நேரம் தனது படுக்கையில் படுத்து வானம் இருண்டு வந்து மூடிக் கொள்வதைக் கவனித்தார். மௌனத்தை ரசித்தார். யுத்தத்துக்குப் பிந்திய முதல் நாட்களில் இந்த மௌனம்தான் அவருக்குச் சகிக்க முடியாததாக இருந்தது. பாலைவனத்திலிருந்து உயரமான பீடபூமியைப் பிரிக்கும் பள்ளத்தாக்கு நகர் எதிலாவது உத்தியோகம் வேண்டுமென

அவர் கேட்டார். அங்கு பாறையாலான குன்றுகள் வடக்கே பச்சையும், கறுப்புமாக, தெற்கே இளஞ்சிவப்பும் லவண்டருமாக நித்தியமான கோடைக்கு அரண் செய்யும். பீடபூமி மேட்டிலேயே வடக்கே வெகு தூரத்துக்கப்பால் அவருக்கு வேலை உத்தரவாகியது. ஆரம்பத்தில் இந்த வீணான பிரதேசங்களில் பெரும்பாறைகள் தவிர வேறு உயிரில்லாத இடத்தில் மௌனமாக இருப்பது சிரமமாக இருந்தது அவருக்கு. சில சமயம் பாறைகள் எங்காவது ஓரிடத்தில் வெட்டப்பட்டிருக்கும் - பயிரிடுவதற்காக அல்ல. வீடு கட்ட ஒருவிதக் கல் அங்கு கிடைத்ததால் வெட்டப்பட்டிருந்தது.

இங்கு பயிராவது கற்பாறைகள் மட்டும்தான். சிறுசிறு கிராமத்துத் தோட்டங்களில் மண் வேண்டி மலை சரிவிலே சேர்ந்த கொஞ்ச மண்ணையும் தோண்டி எடுத்துப் போய் விடுவார்கள். இந்தப் பிராந்தியத்துக்குப் போக்கு இதுவே; முக்கால்வாசிப் பகுதியில் கற்கள்தான் நிறைந்திருந்தன. சில நகரங்கள் தோன்றின. சில நாட்கள் வளர்ந்தன. பிறகு மறைந்துவிட்டன. மனிதர்கள் இப்படி அப்படி வந்தவர்கள், ஒருவரை ஒருவர் நேசித்தார்கள், ஒருவரோடு ஒருவர் சண்டையிட்டார்கள்; பின் இறந்து போனார்கள். அல்லது மறைந்து போனார்கள். தானோ தனது விருந்தாளியோ பற்றி இந்த நாட்டுக்கு பாலைவனத்துக்குச் சிறிதும் கவலை கிடையாது. அவர்கள் எவ்விதத்திலும் முக்கியஸ்தர்கள் அல்ல. இருந்தும்... இருந்தும் இந்தப் பாலைவனத்துக்கு அப்பால், இதற்கு வெளியே அவர்களால் உயிர் வைத்துக் கொண்டிருந்திருக்க முடியாது. அவர்கள் வாழ்க்கை இதுதான்.

அவர் எழுந்தபோது பள்ளி அறையில் சப்தமேயில்லை. அராபியன் ஓடிப் போயிருக்கலாம் என்கிற எண்ணம் அவருக்கு மகிழ்ச்சியையே அளித்தது கலப்பற்ற மகிழ்ச்சி அது என்று உணர்ந்தார். அவன் ஓடிப்போயிருந்தால் எவ்விதத் தீர்மானமும் செய்ய வேண்டிய பொறுப்பு அவருக்கு இராது. ஆனால் கைதி அங்கேயேதான் இருந்தான். மாணவன் மேஜைக்கும், கணப்புக்கும் இடையே கால் நீட்டிக் கொண்டு அவன் படுத்துக்கொண்டிருந்தான். கண்கள் திறந்திருந்தன அரைக் கூரையைப் பார்த்துக் கொண்டிருந்தன. அப்படிக் கிடந்த அவன் உதடுகள் அதிகமாகக் கவனிக்கத் தக்கவையாகத் தெரிந்தன. கனமான உதடுகள் பிதுங்குகிற மாதிரி இருந்தன.

"வா" என்று டாரு கூப்பிட்டார். அராபியன் எழுந்து அவர் பின் வந்தான். தன் படுக்கையறையில் ஜன்னலுக்கடியில் இருந்த மேஜையருகில் கிடந்த நாற்காலியை டாரு காண்பித்தார். டாருவை விட்டுக் கண்களை எடுக்காமலே அராபியன் உட்கார்ந்தான்.

"பசிக்கிறதா?"

"ஆமாம்" என்றான் கைதி.

டாரு இருவருக்கும் மேசை மேல் உணவு எடுத்து வைத்தார். மாவும், எண்ணெயும் எடுத்து வட்டிலில் ஒரு கேக் செய்தார். புட்டியிலிருந்த காஸ் அடுப்பைப் பற்ற வைத்தார். கேக் வெந்து கொண்டிருக்கும்போது அவன் பக்கம் கொட்டகைக்குள் சென்று சீஸ், முட்டைகள், பேரீச்சை, கண்டென்ஸ்ட் பால் முதலியன எடுத்து வந்தார். கேக் வெந்ததும் அது குளிர ஜன்னல் படியில் வைத்தார். பாலைத் தண்ணீர் விட்டுக் காய்ச்சினார். சில முட்டைகள் உடைத்துப் போட்டு ஆம்லெட் செய்தார். ஒரு சமயம் அவர் கை வலது சட்டைப்பையில் இருந்த ரிவால்வரில் பட்டது. கையிலிருந்த கிண்ணத்தை வைத்து விட்டுத் தன் படிப்பு அறைக்குப் போய் ரிவால்வரைத் தன் மேஜை டிராயரில் வைத்துவிட்டு வந்தார். அவர் அறைக்குள் திரும்பும்போது நன்றாக இருட்டிவிட்டது. விளக்கைப் போட்டு விட்டு, அராபியனுக்கு உணவு எடுத்துக் கொடுத்தார். "சாப்பிடு", என்றார். கேக்கில் ஒரு பகுதியை அவசரம் அவசரமாக எடுத்த அராபியன் அதை வாயில் போட்டுக் கொள்ளும்முன் நிதானித்து, "நீங்கள்?" என்றான்.

"சாப்பிடு. நானும் உன்னோடு சாப்பிடுவேன்" என்றார்.

தடித்த உதடுகள் சற்றே திறந்தன - ஏதோ சொல்ல. உடனே மூடின. கேக்கை வாயில் போட்டு மென்றான் அராபியன்.

சாப்பாடு முடிந்ததும், அராபியன் டாருவை நிமிர்ந்து பார்த்துக் கேட்டான்; "நீங்கள்தான் நீதிபதியா?"

"இல்லை. இல்லை. நான் நாளை வரை உன்னை இங்கு வைத்திருப்பேன். அவ்வளவுதான்."

"எதற்காக என்னோடு உணவருந்தினீர்கள்?"

தேவமலர்

"எனக்கும் பசித்தது."

அராபியன் மௌனமானான். டாரு எழுந்து வெளியே போனார். கொட்டகையிலிருந்து ஒரு மடக்குக் கட்டிலை மேஜைக்கும், கணப்புக்கும் இடையில் போட்டார் - தன் படுக்கையை ஒட்டின மாதிரி ஒரு பெரிய பெட்டியிலிருந்து இரண்டு கம்பளிகளை எடுத்துக் கட்டிலில் விரித்தார். வேறு என்ன? வேறு எதுவும் செய்வதற்கில்லை. தன் படுக்கையில் உட்கார்ந்து கைதியைப் பார்த்தார். அந்த அராபியனின் முகம் கோபத்தால் பெருகி கொலை வெறியால் மாறுவதைக் கற்பனை செய்ய முயன்றார் - பார்த்தபடியே; முடியவில்லை. மிருகத்தின் வாய் போன்ற உதடுகளையும், கறுத்துப் பளபளத்த கண்களையும் தவிர வேறு எதையும் அவரால் காண இயலவில்லை.

"அவனை எதற்காக நீ கொன்றாய்?" - தன் குரலில் இருந்த அதட்டல் அவரையே ஆச்சரியத்தில் ஆழ்த்தியது.

அராபியன் வேறு பக்கம் பார்த்தான். "அவன் ஓடி விட்டான். அவனைத் துரத்திக் கொண்டு ஓடினேன்."

"உனக்குப் பயமாக இருக்கிறதா?"

நிமிர்ந்து முகத்தைத் திருப்பிக் கொண்டான் அராபியன்.

"செய்து விட்டது குறித்து வருந்துகிறாயா நீ?"

வாய்ப்பிளக்க அராபியன் அவரையே பார்த்தான். உண்மையில் டாருவினுடைய கேள்வி அவனுக்குப் புரியவில்லை என்பது தெரிந்தது. டாருவுக்கு எரிச்சலாக இருந்தது - எரிச்சல் வளர்ந்தது. அதே சமயம் இப்படி உட்கார்ந்து கேள்வி கேட்டுக் கொண்டிருப்பது பற்றி வெட்கமாகவும், என்னவோபோலவும் இருந்தது.

"அங்கே படு" என்றார். "அதுதான் உனக்குப் படுக்கை."

அராபியன் அசையவில்லை. அவன் டாருவை, "எனக்குச் சொல்லுங்கள் ஐயா" என்றான்.

ஆசிரியர் அவனை நிமிர்ந்து பார்த்தார்.

"போலீஸ்காரன் நாளை வருவானா?"

"எனக்குத் தெரியாது."

“நீங்கள் எங்களோடு வருவீர்களா?”

“அதுவும் தெரியாது ஏன்?”

கைதி எழுந்து கம்பளி மேல் படுத்தான். ஜன்னல் பக்கம் அவன் காலிருந்தது. டாருவின் கால்மாட்டில் இருந்தது அவன் படுக்கை. விளக்கு ஒளி அவன் கண்களில் பட்டது. உடனே கண்களை மூடிக்கொண்டான்.

“ஏன்?”, என்று தன் படுக்கையருகில் நின்றபடியே கேட்டார் டாரு.

விளக்கு ஒளி கண்ணில் பட கண்களைத் திறந்தான் அராபியன். கண்ணைச் சிமிட்டாமல் இருக்க முயன்று கொண்டே “எங்களோடு வந்து விடும்'' என்றான்.

நள்ளிரவு ஆகிவிட்டது. டாருவால் தூங்க இயலவில்லை. துணிகளை எடுத்துப் போட்டு விட்டு வழக்கப்படியே நிர்வாணமாகத் தூங்க முயன்றார் டாரு. நிர்வாணமாக இருப்பது அசௌகரியமாக இருக்குமோ என்று நள்ளிரவில் தயங்கினார். பிறகு எதிரி சண்டைக்கு வந்தால் அவனைத் தோற்கடிக்க ஒரு விநாடியில் தன்னால் இயலும் என்று எண்ணிப் பார்த்தார். துணிகளை அணிந்து கொள்ளலாமா என்று ஒரு கணம் யோசித்தார். பிறகு அது குழந்தைத்தனம் என்று அந்தச் சிந்தனையிலிருந்து ஒதுங்கி விட்டார்.

தன் படுக்கையிலிருந்தபடியே கைதி கண்களை மூடிக் கொண்டிருப்பதை அவர் காண முடிந்தது. டாரு விளக்கை அணைத்தபோது இருட்டு கவ்விக் கொண்டதுபோல இருந்தது. பின்னர் ஜன்னலில் இரவு உருவெடுத்திருப்பது தெரிந்தது - நட்சத்திரங்களற்ற இரவு மெதுவாகப் புரண்டு கொடுப்பது போல இருந்தது. சிறிது நேரத்தில் காலடிக் கட்டிலில் உருவம் கிடந்தது, டாருவின் கண்களுக்குப் புலனாயிற்று. அராபியன் இன்னும் அசையவில்லை - அவன் கண்கள் திறந்திருந்தன போலும். பள்ளியைச் சுற்றி இலேசாக காற்று ஊளையிட்டுக் கொண்டிருந்தது. அந்தக் காற்று மேகங்களை விரட்டி விடலாம் - சூரியன் மீண்டும் நாளை தோன்றலாம்.

இரவிலே நேரம் ஆக ஆகக் காற்றின் ஊளை வேகம் அதிகரித்தது. கோழிகள் படபடத்து அடங்கின. அராபியன்

தன் கட்டிலில் டாருவுக்கு முதுகுப்பக்கம் தெரியப் புரண்டு படுத்தான். அவன் லேசாக முனகுவது டாருவின் காதில் விழுந்தது. தன் விருந்தாளியின் தூக்க மூச்சு ஒழுங்காக, கனமாக வருவதைக் கவனித்தார் டாரு. அந்த ஒலியைக் கேட்டுக்கொண்டே தூங்க மாட்டாமல் திணறினார். இந்த அறையில் ஒரு ஆண்டுக்கும் அதிகமாக அவர் மட்டுமே தனியாகத் தூங்கித்தான் அவருக்குப் பழக்கம்.

அராபியன் அருகில் இருப்பது அவரை என்னவோ செய்தது. இந்தக் கால அளவில் அவர் ஏற்றுக்கொள்ள மறுத்த ஒரு சகோதரத்துவத்தை அவன் அருகில் இருப்பது தன் மேல் திணிப்பதாக அவர் உணர்ந்தார். ஒரே அறையில் படுத்துறங்க வேண்டிய சகோதரத்துவத்தை அவர் பழக்கப்பட்டவர்தான் - போர் வீரர்கள், கைதிகள் ஒரே அறையில் படுத்துறங்கும்போது, ஒரு கனவுலக, களைப்புலக சகோதரத்துவத்தை ஏற்கின்றனர். டாரு அந்த நினைவுகளிலிருந்து தன்னை உதறி அகற்றிக் கொண்டார். இப்படி நினைப்பது பிடிக்கவில்லை - தூங்குவதும் அவருக்கு அவசியம்.

சிறிது நேரம் கழித்து அராபியன் லேசாக அசைந்த போதும் அவர் தூங்கிய பாடில்லை. கைதி இரண்டாவது அசைவு காட்டியதும் கவனமாக இருந்தார் - உஷாரானார். தூக்கத்தில் நடப்பவன் போல அவன் படுக்கையில் நிமிர்ந்து உட்கார்ந்து டாரு பக்கம் தலையைத் திருப்பாமல் ஏதோ கவனித்துக் கேட்பவன் போல உற்றுக் கவனித்தான். டாரு அசையவில்லை; தன் மேஜை டிராயரில் ரிவால்வர் இருந்தது நினைவுக்கு வர டாருவுக்கு உடனே எழுந்து ஏதாவது செய்வது நல்லது என்று தோன்றியது. ஆனாலும் கைதியைக் கவனித்துக் கொண்டே படுத்திருந்தார்.

சப்தமே செய்யாமல் கைதி காலைக் கீழேவிட்டு எழுந்து நின்று மறுபடியும் கவனித்தான். டாரு குரல் கொடுக்கலாம் என்று எண்ணுகிற விநாடியில், மிகவும் சாவதானமாக, சப்தமே செய்யாமல் அராபியன் நடக்கத் தொடங்கினான். அறைக் கோடியிலிருந்த கொட்டகைக்குள் போகும் கதவுப்பக்கம் நகர்ந்தான். ஜாக்கிரதையாகக் கதவைத் திறந்துகொண்டு கதவைத் தனக்குப் பின்னால் மூடித் தாளிட்டு விடாமல் வெளியே போனான். டாரு அசையவில்லை. "அவன்

ஓடிப்போகப் போகிறான்" என்று எண்ணினார் அவர். "சனியன் தொலைந்தது." இருந்தும் கவனித்துக் கேட்டார். கோழிகள் படபடக்கவில்லை. கைதி குன்றின் மேல் போயிருக்க வேண்டும். ஏதோ நீர் சப்தம் கேட்டது. அது என்ன என்று முதலில் புரியவில்லை.

பிறகு கதவு வழியாக அராபியன் சப்தமே செய்யாமல் வருவதைக் கண்ட பிறகுதான் புரிந்தது. கதவை ஜாக்கிரதையாகச் சாத்திவிட்டு வந்து சப்தமே செய்யாமல் படுத்துவிட்டான் கைதி. பிறகு "டாருவும் திரும்பிப் படுத்துச் தூங்கிவிட்டார். தூக்கத்திலே ஏதோ காலடிச் சப்தம் கேட்டதுபோல இருந்தது. "நான் கனவு காண்கிறேன். நான் கனவு காண்கிறேன்" என்று நினைத்துக் கொண்டே தூங்கிவிட்டார்.

அவர் கண் விழிக்கும்போது, வானம் தெளிந்துவிட்டது. ஜன்னல் வழியாகக் காலை ஒளியும், இளஞ்சீரிய கிரணங்களும் உள்ளே வந்தன. அராபியன் தூங்கிக் கொண்டிருந்தான். அவன் வாய் திறந்திருந்தது. கவலை எதுவும் அற்றவன் போலத் தூங்கினான், அவன். ஆனால் டாரு அவனை உலுக்கி எழுப்பியபோது தூக்கிவாரிப் போட்டது அவனுக்கு. மிகவும் பயந்தவன் மாதிரி, டாரு யார் என்று அறியாதவன் மாதிரி மிரள மிரள விழித்தான். டாரு நாலடி பின் வாங்கி, ""பயப்படாதே. நீ சாப்பிட வேண்டாமா?" என்றதும் அந்த அராபியன் தலையை ஆட்டினான். "ஆமாம் சாப்பிட வேண்டும்" என்றான். அவன் முகத்தில் அமைதி கண்டது. ஆனால் அவன் "பாவம்" ஒரு தினுசாக எதிலும் ஈடுபாட்டில்லாததாகத்தான் இருந்தது.

காபி தயாராகியது. கேக் துண்டுகளை மென்று கொண்டே தங்கள் படுக்கைகளில் உட்கார்ந்தபடியே காபியை அருந்தினர். பின்னர் டாரு அராபியனை கொட்டகைக்குள் அழைத்துச் சென்று குழாய் இருந்த இடத்தைக் காட்டினார். அவன் கழுவிக் கொண்டான். தன்னறைக்குள் போய் கம்பளிகளை எடுத்து மடித்து வைத்துவிட்டுத் தன் படுக்கையையும் சீர் செய்தார். வகுப்பறை வழியாக வெளியே திறந்த மேடைக்குச் சென்றார். நீலவானத்தில் சூரியன் தோன்றி உயர ஏறிக் கொண்டிருந்தது. மனித சூன்யமான மேடான பீடபூமியிலே பிரகாசமான ஒளி படர்ந்து கொண்டிருந்தது. குன்றுச் சரிவுகளில் பல இடங்களில் பனி உருகத்

தொடங்கிவிட்டது. கற்கள் மீண்டும் தோன்றத் தொடங்கிக் கொண்டிருந்தன. தன் மேடையில் பதுங்கியபடியே மனித சூன்யமான அந்தப் பிரதேசத்தைப் பார்த்தார் டாரு. பால்டுச்சியைப் பற்றி நினைத்துப் பார்த்தார். அவனுக்கு வருத்தம் தந்துவிட்டது பற்றி டாரு வருந்தினார். யாருக்கும் வருத்தம் தர அவர் விரும்பவில்லை. போலீஸ்காரன் விடைபெற்றுக் கொண்டுபோன விதம் அவரைத் துயரத்தில் ஆழ்த்தியது. அப்படி யாருக்கும் விரோதியாக இருக்க அவர் விரும்பியதேயில்லை. தன்னுள் எதுவும் இல்லாமல் காலியாகிய மாதிரி உணர்ந்தார் அவர். தன்னை யாரோ காயம் பண்ணிவிட்ட மாதிரி உணர்ந்தார்.

அதே சமயம் உள்ளேயிலிருந்து கைதி இருமுவது காதில் விழுந்தது. தன்னையும் அறியாமலே டாரு அதைக் கவனித்தார். கோபம் கோபமாக வந்தது அவருக்கு. அவருள் கோபம் பிரமாதமாக எழுந்து வளர்ந்தது. ஒரு கூழாங்கல்லை எடுத்துக் கை கொண்ட மட்டும் விசிறி எறிந்தார். அது தூரத்தில் போய் பனிச்சகதியில் அமுங்குவதைப் பார்த்தார். அந்த மனிதனுடைய அசட்டுத்தனமான குற்றம் அவரை எரிச்சல் கொள்ளச் செய்தது - ஆத்திரத்தை அவருக்கு ஊட்டியது. ஆனால் அதற்காக அவனைப் போலீஸாரிடம் கொண்டு போய்ச் சேர்ப்பது தன் மதிப்பு உகக்காத விஷயம். தன் தாழ்வையும், பலஹீனத்தையும் உணரச் செய்ததும் அந்தக் காரியம் பற்றியச் சிந்தனையே. இந்த அராபியனைத் தன்னிடம் அனுப்பி வைத்த தன் மக்களைச் சபித்தார் - அத்துடன் ஒரே மூச்சில் கொலை செய்யத் துணிந்து, தப்பித்துக் கொள்ளாமல் மாட்டிக்கொண்ட அராபியனையும் சபித்தார் டாரு. எழுந்து வளையமாக மேடை மேல் நடந்து வந்தார். பிறகு பள்ளிக் கட்டிடத்திற்குள் சென்றார்.

கொட்டகையில் சிமெண்டுத் தரையில் குனிந்து வாய்க்குள் இரண்டு விரல்களை விட்டுப் பல் தேய்த்துக் கொண்டிருந்தான் அராபியன். டாரு அவனைப் பார்த்து "வா" என்றார். கைதிக்கு முன் நடந்து அறையை அடைந்தார். தன் மேல் ஒரு வேட்டைக்காரன் சட்டையை அணிந்து கொண்டார், நின்றார். அராபியன் தனது "சேச்சே" குல்லாயைத் தலையிலும், செருப்புக்களைக் காலிலும் போட்டுக் கொள்ளும் வரை காத்திருந்தார். வகுப்பறைக்கு

இருவரும் சென்றனர். வெளியே போகும் வழியைக் காட்டி, "போ" என்றார். அவன் நகரவில்லை. "நானும் வருகிறேன்", என்றார் டாரு. அதற்குப் பிறகுதான் கைதி கிளம்பினான். அராபியன் வெளியேறியதும் டாரு தன் அறைக்குள் போய் பிஸ்கெட்டுகள், பேரீச்சம்பழம், சர்க்கரை முதலியவற்றை எடுத்துப் பொட்டலம் கட்டினார். ""அதுதான் வழி" என்று சுட்டிக் காட்டினார். கிழக்கு நோக்கிக் கிளம்பினார் -கைதி பின் தொடர கொஞ்ச தூரம் போனதும் பார்த்தார். ஏதோ சப்தம் கேட்பதுபோல இருக்கிறது என்று சுற்றிலும் பார்த்தார். நிர்மானுஷ்யமாகவே இருந்தது. யாரும், எதுவும் கண்ணில் படவில்லை. புரியாதவன் மாதிரி அவரையே கவனித்துக் கொண்டு நின்றான் அராபியன். "வா, போவோம்'' என்றார் டாரு.

ஒரு மணிநேரம் நடந்திருப்பார்கள். ஒரு செங்குத்தான சுண்ணாம்புக்கல் ஒன்றின் ஓரத்திலே சிறிது நேரம் தங்கி இளைப்பாறினார்கள். பனி அதிவேகமாக உருகி மறைந்து கொண்டிருந்தது. சூரிய வெப்பத்திலே பனி உருகிய ஈரமும், சிறு குட்டைகளும் மிகத் துரிதமாகக் காய்ந்து கொண்டிருந்தன.

மேலான பீடபூமி முழுவதுமே சூரியவொளி தாக்கியது - காற்றைப் போலவே அதிலும் உஷ்ணம் ஏறிக்கொண்டிருந்தது. அவர்கள் மீண்டும் நடக்கத் தொடங்கியபோது, காலடியில் "விண்விண்" என்று கட்டாந்தரையாக ஒலித்தது. ஆனந்தமாகக் குரல் கொடுத்துக் கொண்டு எப்போதாவது ஒரு பறவை அவர்கள் முன் காற்றைக் கிழித்துக் கொண்டு பறந்தது. விடியற்காலை ஒளியைப் பார்த்தவாறே டாரு இன்பத்துடன் நகர்ந்தார். பழக்கமான அந்தப் பரப்பிலே ஒரு பரவசம் உண்டாகியது டாருவுக்கு. நீலவான வளைவும் அடியில் மஞ்சள் நிற மணலும், கல்லும் - ஆஹா என்ன அற்புதம்! மேலும் ஒரு மணிநேரம் நடந்தனர் - தெற்கு நோக்கிச் சரிவிலே இறங்கினர். காலடியிலே பொடியான கரளைக்கற்கள் நிறைந்த சம நிலத்தை எட்டினர்.

அதற்கப்பால் கிழக்கு நோக்கிச் சரிவு இறங்கிற்று. தாழ்ந்த சமவெளி வரும் - அதிலே இலை அதிகமில்லாத முறுக்கேறிய மரங்கள் தோன்றும்; தெற்கே பார்த்தால் ஒரே குழப்பமான சித்திரம் போல கற்கள் காட்சி அளிக்கும்.

டாரு இரண்டு பக்கமும் பார்த்தார். வானத்தைத் தவிர, அடி வானம் பூமியை எட்டும் வரை எந்தப் பக்கத்திலும் யாரும் இல்லை. அராபியனைப் பார்த்தார். தன் கையிலிருந்த பொட்டலத்தை அவனிடம் தந்தார். "எடுத்துக் கொள். அதில் பேரீச்சை, ரொட்டி, சர்க்கரை இருக்கிறது. இரண்டு நாளுக்குக் காணும். இதோ ஒரு ஆயிரம் பிராங்குகளும் இருக்கின்றன" - அராபியன் இரண்டையும் வாங்கிக் கொண்டான். ஆனால் அவற்றை என்ன செய்வது என்று அறியாதவன் போல மார்போடு தூக்கிப் பிடித்துக் கொண்டு நின்றான்.

"இதோ பார்" என்றார் டாரு. கிழக்குப் பக்கம் கையைக் காட்டினார்; "அதோ அந்தப் பக்கம் போனால் டிங்கியூட் - இரண்டு மணி நேரம் நடக்க வேண்டும். அங்கே நீ போனால் போலீஸ் காரியாலயம், நீதிபதி எல்லாம் இருப்பதைக் கண்டு கொள்வாய். அவர்கள் உன்னை எதிர்பார்க்கிறார்கள்."

அராபியன் கிழக்கு நோக்கிப் பார்த்தான். அவன் கையில் மார்போடு அணைக்கப்பட்டு டாரு தந்த பணமும், பொட்டலமும் இருந்தன. டாரு அவன் தோள்பட்டையைப் பிடித்து தெற்கு நோக்கி அவன் முகத்தைத் திருப்பினார். குன்றின் அடிவாரத்திலிருந்து ஒரு ஒற்றையடிப்பாதை தெற்கே ஓடுவது லேசாகத் தெரிந்தது. "அந்தப் பாதை வழியே நீ பீடபூமியைக் கடக்கலாம். ஒரு நாள் நடந்தாயானால் புல்வெளிகளையும், அராபியர்களையும் சந்திப்பாய் நீ! அவர்கள் நீதிப்படி உன்னை வரவேற்பார்கள்."

அராபியன் இப்போது "டாரு"வைத் திரும்பிப் பார்த்தான். அவன் கண்களிலே ஒரு பீதி குடி கொண்டிருந்தது தெரிந்தது அவருக்கு. "கேளுங்கள்" என்று அவன் ஆரம்பித்தான்.

"சும்மா இரு! நீ சொல்வதை நான் கேட்கப் போவதில்லை" என்று அவனை அதட்டினார் டாரு. "பேசாதிரு. நான் உன்னை இங்கே விட்டு விட்டுப் போகப் போகிறேன்."

உடனேயே திரும்பி, இரண்டு நீள எட்டு எடுத்து வைத்தார். அவர்கள் வந்த வழியிலே குழப்பத்துடன் நின்ற அராபியனை சற்றே திரும்பிப் பார்த்தார். மீண்டும் வேகமாகத் திரும்பி வந்த வழியே தன் பள்ளிக்கூடம் நோக்கிக் கிளம்பினார். சில நிமிஷங்கள் வரை அவர்

காலடிச் சப்தத்தைத் தவிர வேறு சப்தம் கேட்ட போதும் அவர் திரும்பிப் பார்க்கவில்லை. ஆனால், இன்னும் ஒரு நிமிஷம் கழித்துத் திரும்பிப் பார்த்தார். அந்த அராபியன் அவர் விட்டு வந்த இடத்திலேயே அசையாமல் நின்று கொண்டிருந்தான்.

அவன் கைகள் பொட்டலம், பணத்துடன் தொங்கவிட அவன் டாருவையே பார்த்துக் கொண்டு நின்றான். “டாரு”வின் தொண்டையை ஏதோ அடைப்பது போல இருந்தது. ஆனால், பொறுமையற்றவராக உலகையெல்லாம் சபித்துக் கொண்டே, தன் கையைத் தூக்கி ஆட்டிவிட்டு மீண்டும் கிளம்பித் தன் வழி நடந்தார். சிறிது தூரம் போய்விட்டு அவர் திரும்பிப் பார்த்தபோது அராபியன் அங்கில்லை - எந்தப் பாதையிலோ நகர்ந்து விட்டான்.

டாரு தயங்கினார். வானத்திலே உச்சியை எட்டி விட்டது சூரியன். சூரிய உஷ்ணம் நேராக அவர் தலையைத் தாக்கியது. முதலில் தயங்கியவராக, மெதுவாகத் திரும்பி நடந்தார். பிறகு வேகமாக நடந்து கைதியை விட்டுவிட்டு வந்த குன்றின் உச்சியை அடைந்தார். மூச்சு வாங்கியது அவருக்கு. நீலவானத்தை முட்டிய கற்குன்றுகள் தெற்கே கிடந்தன. கிழக்கு நோக்கின பாதையிலே. பனிப்படலம் போலவே ஒளிப்படலமும் ஒரு மறைவுத் திரையாகக் கிடந்தது. அந்தப் பாதையிலேயே சிறையையும் நீதிபதிகளையும் போலீஸ்காரனையும் நோக்கித்தான் அராபியன் நடந்துகொண்டிருந்தான் என்று கனக்கும் உள்ளத்துடன் கவனித்தார் டாரு. மெதுவாகவே நடந்துகொண்டிருந்தான் அவன்.

கொஞ்ச நேரத்துக்குப் பிறகு டாரு தன் படிப்பு அறையில், ஜன்னலில் வெளியே பார்த்துக்கொண்டு நின்றார். பீடபூமி பூராவும் சூரியவெளியிலே குளித்துக் கொண்டிருந்தது - அதை அவர் கவனித்தார் என்று சொல்ல இயலாது. ஃபிரான்சு தேசத்து நதிகள் வளைந்து வளைந்து செல்லும், கலர் சாக்கால் எழுதிய நதிகளுக்கிடையே சற்று முன் அவர் படித்த புதிய வார்த்தைகள் காணப்பட்டன. “நீ எங்கள் சகோதரனைப் போலீஸில் ஒப்படைத்தாய். அதற்கான தண்டனை உனக்குண்டு. நாங்கள் உன்னைக் கவனித்துக் கொள்வோம்” என்று கோணல்மாணலாக எழுதியிருந்தது. டாரு வானத்தை அண்ணாந்து பார்த்தார்; பீடபூமியை

நேராகப் பார்த்தார். கண்ணுக்கெட்டாத பல பிரதேசங்கள் அதற்கப்பால் இருந்தன. இந்தப் பரந்த நிலப்பரப்பிலே அவர் தனியானவர்; ஒருத்தர்.

******